AF759424

മലാല

ബൈജു ഭാസ്കർ

തിരുവനന്തപുരം ജില്ലയിലെ മടത്തറയിൽ ജനിച്ചു. അച്ഛൻ ഭാസ്കരൻ. അമ്മ ഗോമതി. ഗവ:ഹൈസ്കൂൾ മടത്തറ, എൻ. എസ്. എസ്. കോളേജ് നിലമേൽ, പ്രസ്സ് ക്ലബ് തിരുവനന്തപുരം എന്നിവിടങ്ങളിൽ പഠനം. കോളേജ് പഠന കാലത്ത് രാഷ്ട്രീയത്തിൽ സജീവമായിരുന്നു. കോളേജ് യൂണിയൻ ചെയർമാൻ, മാഗസിൻ എഡിറ്റർ എന്നീ സ്ഥാനങ്ങളിലേക്ക് തെരഞ്ഞെടുക്കപ്പെട്ടിട്ടുണ്ട്. തിരുവനന്തപുരം ബി കാസ്റ്റ് മീഡിയയിൽ സബ് എഡിറ്റർ, റാസൽഖൈമ റേഡിയോ ഏഷ്യയിൽ ന്യൂസ് റീഡർ, റാസൽഖൈമ ഓക്സിജൻ എഫ് എമ്മിൽ സീനിയർ ന്യൂസ് പ്രൊഡ്യൂസർ എന്നീ നിലകളിൽ പ്രവർത്തിച്ചു. ഇപ്പോൾ ദുബായ് ഏഷ്യാനെറ്റ് റേഡിയോയിൽ ചീഫ് ബ്രോഡ്കാസ്റ്റിങ്ങ് ജേണലിസ്റ്റായി പ്രവർത്തിക്കുന്നു. മാധ്യമ പ്രവർത്തകനാകുന്നതിനു മുൻപ് ചെന്നൈ, കോയമ്പത്തൂർ എന്നിവിടങ്ങളിൽ അക്കൗണ്ടന്റായി ആറ് വർഷത്തോളം ജോലി ചെയ്തു. ഉത്തരേന്ത്യയിലും, ഹിമാലയത്തിലും സഞ്ചരിച്ചു. കേദാർനാഥിലെ കുതിരക്കാരുടെ ജീവിതം ആസ്പദമാക്കി ഡോക്യുമെന്ററി സംവിധാനം ചെയ്തു. 'കേദാർനാഥിലെ തോടീവാലകൾ' എന്ന ഡോക്യുമെന്ററി 2006ൽ തിരുവനന്തപുരത്ത് നടന്ന ജോൺ എബ്രഹാം ഇന്റർനാഷണൽ ഡോക്യുമെന്ററി ഫെസ്റ്റിവലിൽ ഫോക്കസ് സെക്ഷനിലേക്കു തെരഞ്ഞെടുക്കപ്പെട്ടു.

ഭാര്യ: കല,

മക്കൾ: അനാമിക, അനുഗ്രഹ.

email.baijubhaskarfm@gmail.com

മലാല

ബൈജു ഭാസ്കർ

ലിപി പബ്ലിക്കേഷൻസ്
കോഴിക്കോട് - 673 002
വില: 150 രൂപ

Malayalam Language
MALALA
(Memmories)
By:
BAIJU BHASKAR
First Edition: October 2015
Second Edition: August 2018
Rights Reserved
Typeset & Layout by LIPI DTP
Cover Design Lipi Digital
Printed at Geethanjali Offset Prints
CONDITIONS FOR SALE
No part of this publication may be
reproduced, stored in a retrieval system,
or transmitted in any form or by any means,
without the prior written permission of the publisher.

Price: Rs. 150/-

Publishers
LIPI PUBLICATIONS
B-14, Vikas Building, Rly. Stn. Link Road, Kozhikode-2
Tel: 0495-2700192, 4023192 Mobile: 9847262583
Email: lipipublications@gmail.com

Showroom
LIPI BOOKS
B-12, Vikas Building, Rly. Stn. Link Road, Kozhikode-2
Tel: 0495-2700192 Mobile: 9847262583
Email: lipipublicationsclt@gmail.com
lipiakbar@gmail.com
www.lipipublications.com

അവതാരിക:

പോരാട്ടവും പ്രത്യാശയും

മലാല യൂസഫ്സായ് നമുക്കാരാണ്? പാക് കുഗ്രാമത്തിലെ ഈ ബാലിക എങ്ങനെ നമുക്ക് ഇത്രമേൽ പ്രിയപ്പെട്ടവളായി? ചോര പടരുന്ന ആ ഡയറിക്കുറിപ്പുകൾ എന്തുകൊണ്ട് നമ്മെ നടുക്കം കൊള്ളിക്കുന്നു? ഈ ചോദ്യങ്ങൾക്കുള്ള ഉത്തരം തേടുകയാണ് സത്യത്തിൽ ഈ പുസ്തകം. മലാലയുടെ പൊള്ളുന്ന അനുഭവങ്ങളി

ലൂടെ മാധ്യമ സുഹൃത്ത് ബൈജു ഭാസ്കർ നടത്തുന്ന യാത്രയും അതിന്റെ ബാക്കിവെയ്പ്പുകളും സ്വാഭാവികമായും നമ്മെ അസ്വസ്ഥമാക്കും. പാകിസ്ഥാൻ എന്ന രാജ്യം കടന്നുപോകുന്ന കാലുഷ്യം നിറഞ്ഞ സാമൂഹികാവസ്ഥ നമ്മെ നടുക്കം കൊള്ളിക്കും. വിശകലനങ്ങളും നിരീക്ഷണങ്ങളും അപ്പടി അംഗീകരിക്കാൻ സാധിക്കില്ലെങ്കിൽത്തന്നെയും മലാലയുടെ ജീവിതാനുഭവങ്ങൾ പകർത്തിയ ഈ പുസ്തകത്തിന്റെ കാലികപ്രസക്തി വളരെ വലുതാണ്. നാം വസിക്കുന്ന ലോകം എന്തുകൊണ്ട് ഇത്രമാത്രം ദയാരഹിതമായി മാറുന്നു എന്ന ചോദ്യം തന്നെയാകും ഒടുക്കം ഏതൊരാളിലും ഉയരുക.

മലാല ഇന്ന് ലോകത്തിന്റെ ശ്രദ്ധാകേന്ദ്രമാണ്. പാക് താലിബാൻ സംഘം വെടിയുതിർത്തതിനെത്തുടർന്ന് ലണ്ടനിൽ ചികിത്സയിൽ കഴിയുന്ന ഈ പെൺകുട്ടിയെ ഓർത്ത് സങ്കടപ്പെടാത്തവർ ആരുംതന്നെ കാണില്ല. അവൾക്കുവേണ്ടി പ്രാർത്ഥിക്കാത്തവരും. പെൺവിദ്യാഭ്യാസത്തിന്റെ പ്രാധാന്യം ഉയർത്തിക്കാട്ടി മലാല എന്ന ബാലിക നടത്തിയ ധീരമായ ചുവടുവയ്പ്പുകൾ പുതുതലമുറയ്ക്ക് തീർച്ചയായും ആവേശം പകരും.

അക്ഷരങ്ങളെയും അറിവിനെയും അതിരറ്റു സ്നേഹിച്ച ഒരു ധീര ബാല്യത്തിന്റെ ദീപ്തമായ പ്രസരണം തന്നെയാണ് മലാലയുടെ മനോഗതങ്ങളിൽ തെളിയുന്നതും.

നാസി ഭീകരത തുറന്നു കാട്ടിയ ആൻ ഫ്രാങ്കിന്റെ ഡയറിക്കുറിപ്പുകൾ സൃഷ്ടിച്ച പ്രകമ്പനം നമുക്കറിയാം. അതിനെപ്പോലും മറികടക്കും വിധമാണ് മലാലയുടെ ഡയറിക്കുറിപ്പുകൾ ഇന്ന് ലോകത്തിന്റെ അതിരുകൾ കടന്ന് മുന്നേറുന്നത്. 2009ൽ ബി ബി സി ഉറുദു വിഭാഗം മേധാവി മലാലയുടെ പിതാവ് യൂസുഫ്സായിയെ സമീപിക്കുന്നതോടെയാണ് വഴിത്തിരിവ്. സ്വാത്തിലും പരിസരപ്രദേശങ്ങളിലും നിരവധി സ്കൂളുകൾ നടത്തുന്ന വ്യക്തികൂടിയാണ് യൂസുഫ്സായി. വിദ്യാലയാനുഭവങ്ങൾ പങ്കുവയ്ക്കാൻ സന്നദ്ധരായ പെൺകുട്ടികളെ കുറിച്ചായിരുന്നു ബി ബി സി ആരാഞ്ഞത്. തന്റെ മകളെ തന്നെയാണ് പിതാവ് ബി ബി സിക്കു വേണ്ടി നിർദ്ദേശിച്ചത്. മറ്റേതെങ്കിലും പേരിൽ അനുഭവങ്ങൾ പകർത്താമെന്നും ധാരണയായി. അങ്ങനെയാണ് 'ഗുൽ മക്കായ്' എന്ന വ്യാജപേരിൽ മലാലയുടെ ഡയറിക്കുറിപ്പുകൾ ബി ബി സി ഉറുദു സർവ്വീസിൽ കോളമായി വന്നു തുടങ്ങിയത്. സ്വാത്ത് ഉൾപ്പെടെയുള്ള പ്രദേശങ്ങളിൽ നിലനിൽക്കുന്ന യുദ്ധസമാനമായ അന്തരീക്ഷത്തെക്കുറിച്ച് ആ ഡയറികുറിപ്പുകൾ ഏറെ വാചാലം. താലിബാൻ ക്രൂരതകൾ മാത്രമല്ല യു.എസ് സൈന്യം വർഷിക്കുന്ന ഡ്രോൺ ആക്രമണങ്ങളുടെ ദയാരഹിതമായ അവസ്ഥകളും മലാല തന്റെ ഡയറിക്കുറിപ്പിൽ പറയുന്നുണ്ട്. പക്ഷെ താലിബാൻ ക്രൂരതയിലേക്ക് മാത്രമാണ് മാധ്യമ ശ്രദ്ധ പതിഞ്ഞത്. ബാലികാവിദ്യാഭ്യാസത്തിന്റെ പ്രാധാന്യം ലോക സമൂഹത്തിന് മുൻപാകെ കൊണ്ടുവരുന്നതിൽ മലാലയുടെ ഉദ്യമം വിജയിച്ചു. ലോകത്തുടനീളം ആ സന്ദേശം ശക്തമായി ഉയർത്താനും അവസരം ഒരുങ്ങി. നവംബർ 10 മലാല ദിനമായി ആചരിക്കപ്പെട്ടു. പാകിസ്ഥാനിലും ലോകത്തുടനീളവും ശ്രദ്ധിക്കപ്പെട്ട മലാലയ്ക്ക് സമാധാനത്തിനുള്ള നൊബേൽ പുരസ്കാരം ഉൾപ്പെടെ ഇതിനകം തന്നെ എണ്ണമറ്റ ബഹുമതികൾ ലഭിച്ചു.

എന്നാൽ എതിർസ്വരവും വിവിധ കോണുകളിൽ നിന്ന് ഉയരുന്നുണ്ട് എന്ന് കാണാതിരിക്കാൻ കഴിയില്ല. താലിബാന്റെ ശത്രുവായി മലാലയെ പ്രതിഷ്ഠിക്കൻ ആസൂത്രിത നീക്കം ഉന്നതങ്ങളിൽ നടന്നുവെന്നതാണ് അതിലൊന്ന്. മലാലയ്ക്ക് വെടിയേറ്റതോടെ എന്തു വിലകൊടുത്തും താലിബാനെ തുരത്തണമെന്ന വികാരം ശക്തം. വസീരിസ്ഥാൻ മേഖലയിൽ ഡ്രോൺ ആക്രമണങ്ങൾ ശക്തിപ്പെടുത്താൻ യു.എസിന് ഇത് കൂടുതൽ പ്രേരണയായെന്ന് ബ്രിട്ടണിലെ ലേബർ പാർട്ടി നേതാവ് ലോർഡ്

അഹ്മദ് ഉന്നയിച്ച വാദങ്ങൾ ടെലിഗ്രാഫ് ഉൾപ്പെടെയുള്ള പത്രങ്ങൾ പ്രാധാന്യത്തോടെ പ്രസിദ്ധീകരിച്ചു.

സ്വാത്ത് താഴ്‌വരയിൽ താലിബാൻ മാത്രമല്ല ജനങ്ങളുടെ ശാന്തി കെടുത്തുന്നത്. നിരന്തരമായ ഡ്രോൺ ആക്രമണങ്ങൾ ഇതിനകം നൂറുകണക്കിന് നിരപരാധികളുടെ ജീവനെടുത്തു. അവരിൽ നിരവധി കുട്ടികളും ഉൾപ്പെടുന്നു. വിദ്യാഭ്യാസം മാത്രമല്ല ജീവൻ കൂടിയാണല്ലോ ഈ കുട്ടികൾക്ക് നഷ്ടമായത്. അതിന്റെ പേരിൽ അന്താരാഷ്ട്ര നിലവിളിയോ പ്രസ്താവനകളോ ഉയർന്നു കണ്ടില്ല. ഡ്രോൺ ആക്രമണങ്ങൾക്കെതിരെ പാകിസ്ഥാനിൽ പോലും ജനരോഷം ശക്തമായ സമയത്താണ് താലിബാൻ മലാലയ്ക്കുനേരെ നിറയൊഴിക്കുന്നത്. ഫലത്തിൽ ആരുടെ താല്പര്യങ്ങളാണ് താലിബാൻ സംരക്ഷിക്കുന്നതെന്ന് കൂടുതൽ വ്യക്തം.

ചോരയുടെ മണമുള്ള മലാലയുടെ ഡയറിക്കുറിപ്പുകൾ സ്വാത്ത് താഴ്‌വരയിൽ നിലനിൽക്കുന്ന അരക്ഷിതാവസ്ഥയുടെയും ഭീതിദമായ ഭാവിയുടെയും കൃത്യമായ സന്ദേശം നൽകുന്നു. ആരാണ് ഈ സാഹചര്യം സൃഷ്ടിച്ചത് എന്ന ചോദ്യം കൂടി ഉയരുമ്പോൾ മാത്രമേ നമ്മുടെ, മലാല ഐക്യദാർഢ്യത്തിനു എല്ലുറപ്പ് കൈവരൂ. സോവിയറ്റ് യൂണിയന്റെ അഫ്ഗാൻ അധിനിവേശത്തിന്റെ തുടർനാളുകളിൽ അമേരിക്കൻ സാമ്രാജ്യത്വവും വെറുതെയിരുന്നില്ല. അഫ്ഗാനിസ്ഥാനിൽ യുദ്ധ പ്രഭുക്കളുടെ പുതിയ വർഗ്ഗത്തെ വാർത്തെടുക്കാനുള്ള നീക്കത്തിലായിരുന്നു അവർ. ഖുമൈനിയുടെ ഇറാനെ അമർച്ച ചെയ്യാൻ സദ്ദാമിന്റെ ഇറാഖിന് കൂട്ടനശീകരണായുധങ്ങൾ കൈമാറാൻ അമേരിക്ക ഭ്രാന്തമായ ധൃതി കാണിച്ചതും ഏറെക്കുറെ ഇതേ കാലയളവിൽത്തന്നെ. കേണൽ ഗദ്ദാഫി മുതൽ ഹുസ്നി മുബാറക്ക് വരെയുള്ളവരെ സാമ്രാജ്യത്വം ഉപയോഗിക്കുകയും ഒടുവിൽ ഗത്യന്തരമില്ലെന്ന് വന്നപ്പോൾ തള്ളിപ്പറയുകയുമായിരുന്നു. ഇവിടെയും ഇരകളാക്കപ്പെട്ടത് തദ്ദേശീയ സമൂഹമാണ്. 'സ്കൂളിൽ പോകാൻ എനിക്ക് പേടിയുണ്ട്. പെൺകുട്ടികൾ സ്കൂളിൽ പോകരുതെന്നാണ് താലിബാന്റെ മുന്നറിയിപ്പ്. എന്റെ മൂന്ന് കൂട്ടുകാരികൾ പെഷവാറിലേക്കും റാവൽപിണ്ടിയിലേക്കും കുടുംബവുമൊത്ത് താമസം മാറിപ്പോയിരിക്കുന്നു', മലാല കുറിക്കുന്നതും ഈ കലുഷിത സാഹചര്യത്തെക്കുറിച്ചാണ്.

അരക്ഷിതമായ സാമൂഹികാവസ്ഥയിൽ പ്രതിലോമത മേൽക്കോയ്മ നേടുക സ്വാഭാവികം. തങ്ങളുടെ നിഷേധാത്മക സമീപനങ്ങൾ അവർ ജനങ്ങൾക്കുമേൽ അടിച്ചേല്പ്പിക്കാൻ എല്ലാ അടവുകളും പുറത്തെടുക്കും. ഭരണകൂടങ്ങൾപോലും അവിടെ നിസ്സഹായത പുലർത്തും. വസീരിസ്ഥാൻ പ്രവിശ്യയിൽ പാക് ഭരണകൂടത്തിനുപോലും കാര്യമായ നിയന്ത്രണങ്ങൾ

ഇല്ലെന്നതാണ് വസ്തുത. ഏതൊരു യുദ്ധത്തിലും മൂന്ന് വിഭാഗം ആളുകളെ മാറ്റി നിർത്തണമെന്നാണ് പറയാറ്. യു.എൻ ചട്ടങ്ങളിലും അതുകാണാം. സ്ത്രീകൾ, കുട്ടികൾ, വൃദ്ധർ എന്നിവരാണ് ഈ മൂന്ന് കൂട്ടർ. എന്നാൽ ദൗർഭാഗ്യകരമെന്ന് പറയട്ടെ, ആധുനിക യുദ്ധാസക്തിയിൽ ഏറ്റവും കൂടുതൽ ഇരകളാക്കപ്പെടുന്നതും ഈ വിഭാഗങ്ങൾ തന്നെ. ഫലസ്തീനും ഇറാഖും സിറിയയും അഫ്ഗാനും ബോസ്നിയയുമൊക്കെ അതിന്റെ നവ പ്രതീകങ്ങൾ. അമേരിക്കയും ബ്രിട്ടനും ഇസ്രായേലും മലാല ദിനാചരണം നടത്താൻ മുന്നിലുണ്ട്. അപ്പോഴും ഈ മൂന്ന് വിഭാഗത്തിന്റെയും കൂട്ടക്കരച്ചിൽ പശ്ചാത്തലത്തിൽ ഉയർന്നു കേൾക്കാം.

എതിർക്കാൻ ത്രാണിയില്ലെന്ന് മാത്രമല്ല ഒന്നുറക്കെ നിലവിളിക്കാൻ പോലും ത്രാണിയില്ലാത്ത അവസ്ഥയിലുള്ളവർ എന്തുകൊണ്ട് ഇവ്വിധം ആക്രമിക്കപ്പെടുന്നു. വനിതകൾക്കും കുട്ടികൾക്കും വൃദ്ധർക്കും വേണ്ടി ദിനാചരണം നടത്തുകയും യു എൻ സെക്രട്ടറി ജനറൽ വരണ്ട പ്രഭാഷണം നടത്തുകയും ചെയ്യുന്നതുകൊണ്ട് തീരുന്നതാണോ ഈ പ്രശ്നം? ഇവരോട് നമുക്കും അതേ പറയാനുള്ളു നിർത്തൂ നിങ്ങളുടെ ഈ വർത്തമാനം. അപ്പോഴും മലാലയുടെ പിതാവിന്റെ പ്രതികരണം മറക്കാൻ കഴിയില്ല.

'ഇതൊരു താൽക്കാലിക വീഴ്ച മാത്രമാണ്. ഈ വിഴ്ചയിൽനിന്നും അവൾ എഴുന്നേൽക്കും പോരാട്ടം തുടരാൻ. അവൾ വീണപ്പോൾ പാക്കിസ്ഥാൻ മുഴുവൻ - രാഷ്ട്രീയകക്ഷികളും, സർക്കാറും, കുട്ടികളും, പ്രായമുള്ളവരുമെല്ലാം എഴുന്നേറ്റു. ലോകമൊന്നാകെ എഴുന്നേറ്റു നിന്നു. അതൊരു വഴിത്തിരിവാണ്.'

ജീവിക്കാനും പൊരുതാനുമുള്ള ആവേശം മലാലയും പിതാവും നമ്മിൽ ബാക്കി നിർത്തും. തീർച്ച.

എം.സി.എ. നാസർ

ആമുഖം

1861 മുതൽ 1880 വരെ അഫ്ഗാനിസ്ഥാനിൽ ജീവിച്ചിരുന്ന വീര വനിതയാണ് മലാലായ്. പഷ്തൂൺ സൈനികർക്കൊപ്പം, ബ്രിട്ടീഷ് അധിനിവേശത്തിനെതിരെ പോരാടി മരിച്ച മലാലായ് അഫ്ഗാനിസ്ഥാനിലെ 'ജോൺ ഓഫ് ആർക്ക്' എന്നാണ് അറിയപ്പെടുന്നത്. അഫ്ഗാനിലെ നിരവധി സ്കൂളുകൾക്കും ആശുപത്രികൾക്കും മറ്റു സ്ഥാപനങ്ങൾക്കും ഈ വീരവനിതയുടെ പേര് നൽകിയിട്ടുണ്ട്. പാഠപുസ്തകങ്ങളിലൂടെ മലാലായ്യുടെ ജീവിതകഥ അഫ്ഗാനിസ്ഥാനിലെ പുതുതലമുറക്കും പരിചിതം.

അഫ്ഗാൻ ജനതയ്ക്ക് മലാലായ് വീരവനിതയാണെങ്കിൽ, അയൽ രാജ്യമായ പാകിസ്ഥാനിൽ ഇതേ പേരിലുള്ള ഒരു പെൺകുട്ടി ആ രാജ്യത്തിന്റെ പ്രതീക്ഷയും പ്രതീകവുമായി മാറിയിരിക്കുകയാണ്. താലിബാൻ എന്ന തീവ്രവാദി സംഘടനക്കെതിരെ പ്രതികരിച്ച് തീവ്രവാദികളുടെ ആക്രമണത്തിൽനിന്നും അത്ഭുതകരമായി രക്ഷപ്പെട്ട് ലോകശ്രദ്ധ നേടിയ മലാല യൂസഫ്സായ്. പാകിസ്ഥാനിലും അഫ്ഗാനിസ്ഥാനിലും വ്യാപിച്ചുകിടക്കുന്ന പഷ്തൂൺ ഗോത്ര വിഭാഗത്തിലാണ് മലാലയുടെ ജനനം. നൂറ്റാണ്ടുകൾക്കുമുൻപ് അഫ്ഗാനിസ്ഥാനിൽ ജീവിച്ചിരുന്ന വീര വനിതയായ മലാലായ്യുടെ സ്മരണയിലാണ് പിതാവ് സിയാവുദ്ദീൻ യൂസഫ്സായ് മകൾക്ക് മലാല എന്ന പേര് നൽകിയത്.

അഫ്ഗാൻ ജനതയുടെ നായികയായ മലാലായ്യെപ്പോലെ ധീരയാണ് മലാലയും. മലാലായ് അഫ്ഗാനിസ്ഥാനിലെ 'ജോൺ ഓഫ് ആർക്ക്' എന്നാണ് അറിയപ്പെടുന്നതെങ്കിൽ 'പാകിസ്ഥാനിലെ ആൻഫ്രാങ്ക്' എന്നാണ് അന്താരാഷ്ട്ര മാധ്യമങ്ങൾ മലാലയെ വിശേഷിപ്പിക്കുന്നത്. ജന്മ നാട്ടിലെ ജനങ്ങളുടെ ന്യായമായ അവകാശങ്ങൾ നേടിയെടുക്കാൻ വേണ്ടിയാണ് ചെറുപ്രായത്തിൽത്തന്നെ അവൾ പോരാട്ടം ആരംഭിച്ചത്.

ജനിച്ചുവീണ മനോഹരഭൂമിയായ സ്വാത്ത് താഴ്‌വര തീവ്രവാദത്തിന്റെ വിളനിലമായി മാറുന്നതു അവൾക്ക് സഹിക്കാൻ കഴിയുമായിരുന്നില്ല. സ്വാത്തിൽ താലിബാൻ അടിച്ചേൽപ്പിക്കുന്ന കിരാത നിയമങ്ങൾക്കെതിരെ എഴുതിയ ഡയറിക്കുറിപ്പുകൾ ബി ബി സി (ഉറുദു) പ്രസിദ്ധീകരിച്ചതോടെയാണ് മലാലയെന്ന കൊച്ചുമിടുക്കിയെ പുറംലോകം അറിയാൻ തുടങ്ങിയത്. പെൺകുട്ടികളുടെ വിദ്യാഭ്യാസത്തിനും സ്വതന്ത്രമായ ജീവിതത്തിനും വേണ്ടിയായിരുന്നു മലാലയുടെ പോരാട്ടം. വഴിയിൽ പതിയിരിക്കുന്ന അപകടങ്ങൾ മുന്നിൽക്കണ്ടുകൊണ്ടുതന്നെയാണ് മലാല തീക്കളി തുടങ്ങിയത്. കുടുംബത്തിന്റെ പൂർണ്ണ പിന്തുണയും മലാലയ്ക്കുണ്ടായിരുന്നു. ബി.ബി.സി(ഉറുദു) പ്രസിദ്ധീകരിച്ച ഡയറിക്കുറിപ്പുകൾ, പിന്നീട് ബി.ബി.സി (ഇംഗ്ലീഷ്) എഡിഷനിലും വന്നതോടെ സ്വാത്തിലെ സാഹചര്യങ്ങൾ പുറംലോകം അറിഞ്ഞു. ന്യൂയോർക്ക് ടൈംസ് മലാലയെയും, കുടുംബത്തെയും കുറിച്ച് ഡോക്യുമെന്ററി തയ്യാറാക്കി. പൊതുചടങ്ങുകളിലും, ചാനൽ ചർച്ചകളിലും മലാല സജീവ സാന്നിധ്യമായി. താലിബാനെതിരെ ആയുധമെടുക്കാൻ സൈനികർപോലും ഭയന്നിരുന്ന കാലത്താണ് ബാല്യകാല കുതൂഹലങ്ങൾ വിട്ടുമാറാത്ത ഒരു പെൺകുട്ടി അക്ഷരങ്ങളിലൂടെയും, ആശയങ്ങളിലൂടെയും പ്രതികരിക്കാൻ തുടങ്ങിയത്. അവളുടെ ആശയപോരാട്ടം ചെറുതായൊന്നുമല്ല താലിബാനെ ഉലച്ചത്. തങ്ങൾക്കെതിരെ പ്രതികരിക്കുകയും പ്രതിഷേധിക്കുകയും ചെയ്യുന്നവരെ ശാരീരികമായി ഇല്ലാതാക്കുക എന്നതാണ് താലിബാൻ എല്ലാകാലത്തും പിന്തുടരുന്നത്. മലാലയെയും ഇല്ലായ്മ ചെയ്യാൻ തീവ്രവാദികൾ തീരുമാനിച്ചു. എന്നാൽ തീവ്രവാദികൾ ഉതിർത്ത വെടിയുണ്ടകൾ തറച്ച് ഏതാനും ദിവസങ്ങളിൽ ബോധം നഷ്ടമായെങ്കിലും ഒരു ഫീനിക്സ് പക്ഷിയെപ്പോലെ അവൾ ഉയിർത്തെഴുന്നേറ്റു. ലോകത്തിനു മുന്നിൽ ഇന്ന് വീരനായികയാണ് മലാല. അവളുടെ ആശയങ്ങൾക്ക് ലോകത്താകമാനം വൻ സ്വീകാര്യതയാണ് ലഭിച്ചത്. പ്രായഭേദമന്യെ ജനങ്ങൾ മലാലയെ നെഞ്ചിലേറ്റി.

പതിനാലു വയസിനുള്ളിൽ മലാല നടത്തിയ പോരാട്ടത്തെ കുറിച്ചാണ് ഇവിടെ പ്രതിപാദിക്കുന്നത്. തീക്ഷ്ണമായ അനുഭവങ്ങളിൽ നിന്നും മലാല ഡയറിയിൽ കുറിച്ച യാഥാർത്ഥ്യങ്ങളാണ് ഈ പുസ്തകത്തിന്റെ മർമ്മം. ഒരു നാട്ടിലെ ജനത അനുഭവിക്കുന്ന കൊടിയ യാതനയും, അവരുടെ അവകാശങ്ങൾക്കും പെൺകുട്ടികളുടെ വിദ്യാഭ്യാസത്തിനുമായി ഒരു പെൺകുട്ടി നടത്തുന്ന ധീരമായ പോരാട്ടവും, ലോകം അറിയേണ്ടതാണെന്ന ചിന്തയിൽ നിന്നാണ് ഇത്തരമൊരു പുസ്തകം പിറന്നത്. ഇതിനോട് ആവേശത്തോടെ പ്രതികരിക്കുകയും പ്രസിദ്ധീകരണ ചുമതല ആദ്യം ഏറ്റെടുക്കുകയും ചെയ്ത ചിരന്തന സാംസ്കാരിക വേദിയുടെ

സാരഥി ശ്രീ. പുന്നക്കൻ മുഹമ്മദലിയോടുള്ള കടപ്പാട് നന്ദി വാക്കുകളിൽ തീരില്ല. ആദ്യ അഞ്ച് പതിപ്പുകൾ അച്ചടിച്ച് വിതരണച്ചുമതല നിർവ്വഹിച്ച കണ്ണൂർ സമയം പബ്ലിക്കേഷൻസിനും അവതാരികയെഴുതി പ്രോത്സാഹിപ്പിച്ച പ്രശസ്ത മാധ്യമ പ്രവർത്തകൻ ശ്രീ. എം.സി.എ. നാസറിനും സ്നേഹത്തോടെ നന്ദി. എല്ലാ പിന്തുണയും നൽകി പ്രോത്സാഹിപ്പിച്ച മാധ്യമ സുഹൃത്തുക്കളായ രജനികാന്ത് പാരിപ്പള്ളി, ടി. സി. രാജേഷ് എന്നിവരെയും നന്ദിയോടെ ഓർക്കുന്നു.

വെടിയുണ്ടകൾ താൽക്കാലികമായി തളർത്തുമ്പോൾ സ്വാത്തിലെ ഒരു സാധാരണ പെൺകുട്ടിയായിരുന്നു മലാല. ഇന്ന് ലോകം മലാലയെ ആഘോഷിക്കുകയാണ്. സമാധാനത്തിനുള്ള നോബേൽ ഉൾപ്പെടെ അനവധി പുരസ്കാരങ്ങൾ. മലാലക്ക് ലോകം നൽകുന്ന പ്രാധാന്യവും ധീരയായ ആ പെൺകുട്ടിയുടെ ജീവിതം നൽകുന്ന സന്ദേശവും ഉൾക്കൊണ്ടു കൊണ്ടാണ് പുതിയ പതിപ്പ് പുറത്തിറക്കുന്നത്. പുതിയ പതിപ്പ് പ്രസിദ്ധീകരിക്കാൻ സന്നദ്ധരായ ലിപി പബ്ലിക്കേഷൻസിനും അതിന്റെ സാരഥി ശ്രീ. അക്ബറിനും നന്ദി. മലാലയുടെ ജീവിതത്തെ കുറിച്ചും ധീരയായ ആ പെൺകുട്ടി നടത്തുന്ന പോരാട്ടങ്ങളെക്കുറിച്ചും അടുത്തറിയാൻ നമ്മുടെ നാട്ടിലെ കുട്ടികൾക്ക് ഈ പുസ്തകത്തിലൂടെ കഴിയുമെന്ന വിശ്വാസത്തോടെ...

ദുബൈ

മാർച്ച് 17, 2015

ബൈജു ഭാസ്കർ

ഒരിക്കൽ യുദ്ധം കഴിഞ്ഞ് തിരിച്ചെത്തിയ അനുയായികൾ നബിതിരുമേനിയെ അറിയിച്ചു, 'ഈ യുദ്ധത്തിൽ ഏതാനും കുട്ടികളും കൊല്ലപ്പെട്ടു'. ഇത് പ്രവാചകനെ പിടിച്ചുലച്ചു. അതീവ ദു:ഖിതനായി. അനുചരന്മാർ അദ്ദേഹത്തെ ആശ്വസിപ്പിക്കാനായി പറഞ്ഞു, 'കൊല്ലപ്പെട്ടത് നമ്മുടെ കുട്ടികളല്ല. ശത്രുക്കളുടെ കുട്ടികളാണ്'. എന്നാൽ ഈ വിശദീകരണം നബി തിരുമേനിയെ ഒട്ടും തൃപ്തനാക്കിയില്ല. 'കുട്ടികളെല്ലാം ഒരുപോലെയാണല്ലോ. എല്ലാവരും നിരപരാധികൾ' അവിടുന്ന് അരുൾ ചെയ്തു: 'ആ കുട്ടികൾ ഒരപരാധവും ചെയ്തിട്ടില്ല. എന്നിട്ടും അവർ വധിക്കപ്പെട്ടു. പാവം കുട്ടികൾ! ഒരു യുദ്ധത്തിലും കുട്ടികൾ കുറ്റക്കാരല്ല. ഇനിമേൽ നിങ്ങൾ ആരുടെ കുട്ടികളെയും കൊല്ലരുത്'. മറ്റൊരിക്കൽ യുദ്ധത്തിന് പുറപ്പെടാനൊരുങ്ങിയ പട്ടാളക്കാരെ അവിടുന്ന് ഉപദേശിച്ചു. 'സ്ത്രീകളെയും കുട്ടികളെയും വൃദ്ധന്മാരെയും വധിക്കരുത്. വൃക്ഷങ്ങൾ വെട്ടി നശിപ്പിക്കരുത്. അല്ലാഹുവെ സൂക്ഷിക്കുക!'

(പ്രവാചക കഥയിൽ നിന്ന്)

ഉള്ളടക്കം

ഭൂമിയിലെ സ്വർഗ്ഗം

ദേവദാരു പൂത്തുലയുന്ന താഴ്‌വര...

ഹിമപാളികളും മഞ്ഞണിഞ്ഞ മലനിരകളും നദികളും നിറഞ്ഞ മനോഹരമായ പ്രദേശം. പാകിസ്ഥാന്റെ വടക്ക് പടിഞ്ഞാറൻ പ്രവിശ്യയായ ഖൈബർ പഷ്തൂൺഖയിലെ പ്രകൃതി അനുഗ്രഹിച്ച പ്രദേശമാണ് സ്വാത്ത് താഴ്‌വര. ഒരു കാലത്ത് വിനോദ സഞ്ചാരികളുടെ പറുദീസയായിരുന്നു ഈ പ്രദേശം. ഏഷ്യയിലെ സ്വിറ്റ്സർലന്റ് എന്നറിയപ്പെട്ടിരുന്ന മനോഹര ഭൂമി. കൃഷിയും കച്ചവടവും സംഗീതവും നൃത്തവുമൊക്കെയായി സ്വൈരജീവിതം നയിച്ചിരുന്ന ജനങ്ങൾ. എന്നാൽ ഇന്ന് ഈ പ്രദേശത്തുള്ളവർ അസ്വസ്ഥതകളുടെ നടുവിൽ കൊടിയയാതനയാണ് അനുഭവിക്കുന്നത്. കലാകാരന്മാരിൽ പലരും പലായനം ചെയ്തു. ഭയപ്പാടോടെ മാത്രമെ ഈ പ്രദേശത്ത് കൂടി സഞ്ചരിക്കാൻ കഴിയൂ. സ്വാത്ത് താഴ്‌വരയിലെ ജനങ്ങൾ വെടിയൊച്ചകളുടെയും ബോംബ് സ്ഫോടനങ്ങളുടെയും ഭീതിതമായ അന്തരീക്ഷത്തിലാണ് ദിനരാത്രങ്ങൾ തള്ളിനീക്കുന്നത്. ഗോത്ര വിഭാഗങ്ങൾക്ക് ആഴത്തിൽ വേരോട്ടമുള്ള ഭൂമിയെ അധികാരികളുടെയും രാഷ്ട്രീയനേതൃത്വങ്ങളുടെയും ദീർഘവീക്ഷണമില്ലായ്മ ഭീകരവാദത്തിന്റെ വളക്കൂറുള്ള മണ്ണാക്കി മാറ്റി.

പാകിസ്ഥാൻ എന്ന ഉറുദു വാക്കിനർത്ഥം 'വിശുദ്ധിയുടെ നാട്' എന്നാണ്. എന്നാൽ ഇന്ന് അസ്വസ്ഥതകളുടെയും തീവ്രവാദത്തിന്റെയും വിളനിലമായി ഈ രാജ്യം മാറിയിരിക്കുന്നു. രാജ്യത്ത് ശക്തി പ്രാപിച്ച തീവ്രവാദസംഘടനകൾ പ്രാകൃതയുഗത്തിലേക്ക് ഈ രാജ്യത്തെ നയിക്കുന്നു. ജനാധിപത്യ സർക്കാരാണ് ഭരണം നടത്തുന്നതെങ്കിലും ജനങ്ങൾക്ക് ജനാധിപത്യത്തിന്റെ സ്വാതന്ത്ര്യം നിഷേധിക്കപ്പെടുന്നു.

ചോര ചിന്തിയ ഒരു രാത്രിയിലാണ് പാകിസ്ഥാന്റെ ജനനം.

ഇന്ത്യയുടെ ആത്മാവിൽ വലിയ മുറിവ് സൃഷ്ടിച്ചുകൊണ്ടാണ് പാകിസ്ഥാൻ പിറന്നത്. ദീർഘനാളത്തെ ബ്രിട്ടീഷ് ആധിപത്യത്തിൽ നിന്നും സ്വാതന്ത്ര്യത്തിന്റെ സൂര്യൻ ഉദിച്ചുയർന്നപ്പോൾ ആദ്യം കണ്ടത് ചോരപ്പുഴയാണ്. ജാതിയുടെയും മതത്തിന്റെയും പേരിൽ ഇരുരാജ്യങ്ങളായി വെട്ടിമുറിക്കപ്പെട്ടപ്പോൾ ആത്മാവിലുണ്ടായ മുറിവ് ഇന്നും ഉണങ്ങിയിട്ടില്ല. മണ്ണ് മാത്രമായിരുന്നില്ല, മനുഷ്യബന്ധങ്ങളും അന്ന് വിഭജിക്കപ്പെട്ടു. പ്രക്ഷുബ്ധമായ രാഷ്ട്രീയ കാലാവസ്ഥയും വർദ്ധിച്ചുവരുന്ന തീവ്രവാദവും നിരക്ഷരതയും പട്ടിണിയും പാകിസ്ഥാനെ പിന്നോട്ടടിച്ചു.

ഇന്ത്യയിലേതുപോലെ വൈവിധ്യമാർന്ന ഭൂപ്രകൃതിയും ജനതയുമാണ് പാകിസ്ഥാനിലുമുള്ളത്. ഭാഷയിലും പ്രാദേശികമായ വ്യത്യാസങ്ങളുണ്ട്. പഷ്തൂൺ വിഭാഗത്തിന് മുൻതൂക്കമുള്ള പ്രദേശമാണ് ഖൈബർ പഷ്തൂൺഖ. സമാധാനത്തിന്റെയും യുദ്ധത്തിന്റെയുമൊക്കെ പുരാതന ചരിത്രമുണ്ട് ഖൈബറിലെ സ്വാത്ത് താഴ്‌വരയ്ക്ക്. സ്വാത്ത് നദിയുടെ തീരത്തുള്ള ഈ മനോഹരഭൂമിയിൽ പതിമൂന്ന് ലക്ഷത്തോളം ജനങ്ങളാണ് അധിവസിക്കുന്നത്. ഗോത്ര വിഭാഗങ്ങൾക്ക് മുൻതൂക്കമുള്ള ഈ പ്രദേശം ഇന്ന് താലിബാന്റെ ശക്തികേന്ദ്രമാണ്. തീവ്രവാദവും നിരക്ഷരതയും ദാരിദ്ര്യവുമാണ് സ്വാത്ത് താഴ്‌വരയെ ഇന്നത്തെ അവസ്ഥയിൽ എത്തിച്ചത്. പുരോഗതിയിലേക്ക് കുതിക്കുവാൻ എല്ലാ സാഹചര്യങ്ങളും ഉണ്ടായിരുന്ന ഒരു പ്രദേശം ആ രാജ്യത്തെ രാഷ്ട്രീയവും പ്രാദേശികവുമായ കാരണങ്ങളാൽ തകർത്തെറിയപ്പെടുന്നു. അറിയാനും പറയാനും സ്വതന്ത്രമായി സഞ്ചരിക്കാനുമുള്ള അവകാശം നിഷേധിക്കപ്പെട്ട ജനങ്ങളിൽ പലരും ഈ സാഹചര്യങ്ങളുമായി പൊരുത്തപ്പെടുന്നു. ചിലർ പലായനം ചെയ്യുന്നു. അടിച്ചമർത്തലിന്റെയും അവകാശങ്ങൾ നിഷേധിക്കപ്പെടുന്നതിന്റെയും അസ്വാതന്ത്ര്യത്തിൽനിന്നും ഒറ്റപ്പെട്ട ശബ്ദങ്ങൾ ചിലപ്പോൾ ഉയരാറുണ്ട്. എന്നാൽ ഈ ശബ്ദങ്ങളെ ഉന്മൂലനം ചെയ്ത് തീവ്രവാദികൾ പിന്നെയും വിജയിക്കുന്നു. അങ്ങനെ ഭൂമിയിലെ സ്വർഗ്ഗം എന്ന് വിശേഷിപ്പിക്കാവുന്ന ഒരു ഭൂപ്രദേശം നരക തുല്യമായി മാറുന്നു.

○

സ്വാത്തിന്റെ മാലാഖ

'കയറിൽ തൂങ്ങിയാടുന്ന മൃതദേഹങ്ങൾ എന്നെ പേടിപ്പെടുത്തുന്നു. മറഞ്ഞിരിക്കുന്ന താലിബാൻ തങ്ങളെ കൊലപ്പെടുത്തുമെന്നും മുഖത്ത് ആസിഡ് ഒഴിക്കുമെന്നും ഭയമുണ്ട്. എങ്കിലും പെൺകുട്ടികളുടെ വിദ്യാഭ്യാസത്തിനും സ്വാതന്ത്ര്യത്തിനും വേണ്ടി പോരാടുക തന്നെ ചെയ്യും'. മലാല യൂസഫ്സായ് എന്ന പെൺകുട്ടിയുടെ വാക്കുകൾ സ്വാത്ത് താഴ്‌വരയിലെ മലനിരകളിൽ തട്ടി പ്രതിധ്വനിച്ചു. അതിന്റെ അലയൊലികൾ താഴ്‌വരയിൽ മാത്രം തങ്ങിനിന്നില്ല. ലോകമെങ്ങും അത് കേട്ടു. ഒരു ജനത നേരിടുന്ന കൊടിയ പീഢനത്തിന്റെ നടുക്കുന്ന യാഥാർഥ്യങ്ങൾ അവൾ ലോകത്തിനു മുന്നിൽ തുറന്നു കാട്ടി.

പതിനൊന്ന് വയസ് മാത്രമുള്ളപ്പോഴാണ് മലാല താലിബാനെതിരെ പ്രതികരിക്കാൻ തുടങ്ങിയത്. 2009ൽ സ്വാത്തിലെ പെൺപള്ളിക്കൂടങ്ങൾ അടച്ച് പൂട്ടാൻ താലിബാൻ ഉത്തരവിട്ടപ്പോഴാണ് ആ കുഞ്ഞു മനസ്സ് ഉണർന്നത്. തീവ്രവാദികളുടെ കാട്ടുനീതി തകർത്തത് എൺപതിനായിരത്തിലധികം പെൺകുട്ടികളുടെ സ്വപ്നങ്ങളും പ്രതീക്ഷകളുമായിരുന്നു. ഇവിടംകൊണ്ടും അവസാനിച്ചില്ല, നൂറുകണക്കിന് വിദ്യാലയങ്ങൾ തകർക്കപ്പെട്ടു. വിദ്യാഭാസത്തിനാവശ്യമായ സാധനങ്ങളും സംഗീതോപകരണങ്ങളും വിൽക്കുന്ന കടകളെപോലും തീവ്രവാദികൾ വെറുതെ വിട്ടില്ല. അന്ത്യശാസനം ലംഘിച്ചവരെ നിഷ്ക്കരുണം കൊന്നൊടുക്കി. ഇതിനെതിരെ പ്രതികരിക്കാൻ ഭരണകൂടങ്ങൾപോലും തയ്യാറായില്ല.

സ്വാത്തിലെ പെൺപള്ളിക്കൂടങ്ങൾക്ക് താലിബാൻ വിലക്ക് ഏർപ്പെടുത്തുമ്പോൾ മലാലയ്ക്ക് പതിനൊന്ന് വയസാണ് പ്രായം. സ്കൂളിൽ പോകാൻ കഴിയാതെ അസ്വസ്ഥതയോടെ വീട്ടിൽ ചടഞ്ഞിരുന്ന

നാളുകൾ. പഠിക്കണമെന്ന അടങ്ങാത്ത അഭിനിവേശം ആ കുരുന്ന് മനസ്സിൽ കനലായി എരിയാൻ തുടങ്ങി. തനിക്ക് മാത്രമല്ല, തന്നെപ്പോലെ പതിനായിരക്കണക്കിന് പെൺകുട്ടികൾക്ക് വിദ്യാഭ്യാസം നിഷേധിക്കപ്പെടുന്നു എന്ന യാഥാർഥ്യം മനസ്സിനെ വല്ലാതെ മഥിക്കാൻ തുടങ്ങി. മനസ്സിന്റെ അസ്വസ്ഥതകൾ ഡയറിക്കുറിപ്പുകളാക്കി. വിദ്യാഭ്യാസപ്രവർത്തകനും കവിയുമായ സിയാവുദ്ദീൻ യൂസഫ്സായ് മകൾക്ക് എല്ലാ പിന്തുണയും നൽകി. കേവലം ഒരു പതിനൊന്നുകാരിയുടെ ഡയറിക്കുറിപ്പുകൾക്കപ്പുറത്ത് ചോരചിന്തുന്ന പാകിസ്ഥാന്റെ ദയനീയ ചിത്രമുണ്ടായിരുന്നു ആ അക്ഷരങ്ങളിൽ. സ്വന്തമായി ബ്ലോഗു നിർമ്മിച്ച് ഉറുദു ഭാഷയിലായിരുന്നു ആദ്യം എഴുതിയത്. താലിബാനെ ഭയന്ന് 'ഗുൽ മക്കായ്' എന്ന തൂലികാ നാമത്തിലാണ് എഴുതി തുടങ്ങിയത്. ഇത് ബി.ബി.സി പ്രസിദ്ധീകരിച്ചതോടെ ലോകം അറിയാൻ തുടങ്ങി. ഈ ഡയറിക്കുറിപ്പുകളുടെ ഇംഗ്ലീഷ് പരിഭാഷയും ബി.ബി.സി പ്രസിദ്ധീകരിച്ചു. സ്വാത്തിലെ ജനങ്ങൾ അനുഭവിക്കുന്ന യാതനയും താലിബാന്റെ പ്രാകൃത നടപടികളും മലാലയുടെ ഡയറിക്കുറിപ്പുകളിലൂടെ പുറംലോകം അറിഞ്ഞു. പാകിസ്ഥാൻ ഭരണകൂടത്തെയും ഇത് സമ്മർദ്ദത്തിലാക്കി. ഇതിനുശേഷമാണ് സ്വാത്ത് താഴ്‌വരയിലെ സൈനിക നടപടി കൂടുതൽ ശക്തമാക്കാൻ പാക് സർക്കാർ തീരുമാനിച്ചത്. മാസങ്ങൾ നീണ്ട രൂക്ഷമായ ഏറ്റുമുട്ടലിൽ നിരവധി തീവ്രവാദികൾ കൊല്ലപ്പെട്ടു. ഒടുവിൽ സ്വാത്തിൽനിന്നും താലിബാനെ തുരത്തിയതായി സൈന്യം പ്രഖ്യാപിച്ചു.

സൈനിക നടപടിക്കുശേഷം മിക്ക സ്കൂളുകളും തുറന്നു. പെൺകുട്ടികൾ വീണ്ടും സ്കൂളിൽ പോകാൻ തുടങ്ങി. എന്നാൽ, സ്വാത്തിൽനിന്നും സൈന്യം പിന്മാറിയശേഷം താലിബാൻ വീണ്ടും ശക്തിപ്പെടാൻ തുടങ്ങി. തങ്ങൾക്കെതിരെ പ്രതികരിച്ച മലാല യൂസഫ്സായ് എന്ന പതിനൊന്നുകാരി അവരുടെ മുഖ്യശത്രുവായി. മലാലയ്ക്കും കുടുംബത്തിനുമെതിരെ അവർ വധഭീഷണി മുഴക്കി. മലാലയെ വധിക്കാൻ ഷാർപ്പ് ഷൂട്ടർമാരെ നിയോഗിച്ചു.

തന്റെ ജീവന് ഭീഷണിയുണ്ടെന്നറിഞ്ഞിട്ടും മലാല സ്കൂളിൽ പോകുന്നതും വിദ്യാഭ്യാസ നിഷേധത്തിനെതിരെ പ്രതികരിക്കുന്നതും തുടർന്നു. കൂട്ടുകാരികൾക്ക് ധൈര്യം പകർന്നു. പൊതുചടങ്ങുകളിലും ചർച്ചകളിലും സജീവ സാന്നിധ്യമായി. സ്വാത്ത് ജില്ലയിലെ കുട്ടികൾക്കായുള്ള അസംബ്ലിയിൽ ചെയർപെഴ്സനായി തെരഞ്ഞെടുക്കപ്പെട്ടു. കുട്ടികൾക്കായുള്ള അന്തർദേശീയ സമാധാന പുരസ്കാരത്തിന് ദക്ഷിണാഫ്രിക്കയിലെ പൊതുപ്രവർത്തകനായ ഡസ്മണ്ട് ടുട്ടു മലാലയെ നാമനിർദ്ദേശം ചെയ്യുകയും രണ്ടാംസ്ഥാനം ലഭിക്കുകയും ചെയ്തു.

പാകിസ്ഥാൻ സർക്കാരിന്റെ പ്രഥമ ദേശീയ യുവജന സമാധാന പുരസ്കാരവും മലാലയ്ക്ക് ലഭിച്ചു. മാത്രമല്ല ഈ പുരസ്കാരത്തിന് മലാല പുരസ്കാരമെന്ന് പുനർനാമകരണവും ചെയ്തു.

സ്വന്തം രാജ്യത്തും അന്താരാഷ്ട്ര തലത്തിലും ലഭിച്ച അംഗീകാരങ്ങൾ അവൾക്ക് ആവേശവും ധൈര്യവും പകർന്നു. വിദ്യാഭ്യാസം നിഷേധിക്കപ്പെടുന്ന, സാമ്പത്തികമായി പിന്നോക്കം നിൽക്കുന്ന കുട്ടികളെ സഹായിക്കാൻ മുന്നിട്ടിറങ്ങാൻ തീരുമാനിച്ചു. അതിനായി മലാല എഡ്യുക്കേഷൻ ഫൗണ്ടേഷൻ എന്ന പേരിൽ ഒരു സംഘടനയ്ക്ക് രൂപം നൽകി. ഈ സംഘടനവഴി പണം സ്വരൂപിച്ച്, പാകിസ്ഥാനിലെ പെൺകുട്ടികൾക്ക് മെച്ചപ്പെട്ട വിദ്യാഭ്യാസത്തിന് അവസരമൊരുക്കാമെന്നും അതുവഴി അവരെ മുഖ്യധാരയിലേക്ക് ഉയർത്തിക്കൊണ്ടുവരാമെന്നും മലാല സ്വപ്നം കണ്ടു. എന്നാൽ, ഇരുട്ടിന്റെ ശക്തികൾക്ക് ഇത് ക്ഷമിക്കുവാൻ കഴിയുമായിരുന്നില്ല.

അച്ഛൻ പറഞ്ഞ കഥകൾ

സ്വാത്ത് താഴ്‌വരയിലെ പ്രബലമായ ഗോത്ര വിഭാഗമാണ് യൂസഫ്‌സായ്. മലാലയുടെ പിതാവ് സിയാവുദ്ദീൻ യൂസഫ്‌സായ് വിദ്യാഭ്യാസ പ്രവർത്തകനും കവിയും മാത്രമല്ല, നിലവിലുള്ള വ്യവസ്ഥിതിയോട് പൊരുതുന്ന, പുരോഗമനപരമായി ചിന്തിക്കുന്ന വ്യക്തികൂടിയാണ്. രബീന്ദ്രനാഥ ടാഗോറിന്റെയും, കുഷാൽ ഖട്ടക്കിന്റെയും കവിതകളെ ഏറെ ഇഷ്ടപ്പെടുന്ന അദ്ദേഹം സ്വാത്തിൽ നിരവധി വിദ്യാഭ്യാസ സ്ഥാപനങ്ങൾ നടത്തുന്നുണ്ട്.

ടാഗോറിന്റെയും ഖട്ടക്കിന്റെയും കവിതകൾ മാത്രമായിരുന്നില്ല ഈ പിതാവ് മകൾക്ക് പറഞ്ഞുകൊടുത്തത്. കുട്ടിക്കാലം മുതൽക്കു തന്നെ വിദ്യാഭ്യാസം ചെയ്യുന്നതിന്റെ അനിവാര്യതയെക്കുറിച്ചും മനുഷ്യ നന്മയെക്കുറിച്ചുമൊക്കെ പഠിപ്പിച്ചു. സ്വാതന്ത്ര്യബോധത്തോടെ ധൈര്യശാലികളായി വളരാനാണ് സിയാവുദ്ദീൻ മക്കളെ പ്രേരിപ്പിച്ചത്. ചുറ്റുപാടും നടക്കുന്ന അനീതികൾ മകൾ മനസ്സിലാക്കി തുടങ്ങിയ പ്രായത്തിൽ രാഷ്ട്രീയത്തെക്കുറിച്ചും താലിബാനെക്കുറിച്ചുമൊക്കെയായി ചർച്ചകൾ. പലപ്പോഴും രാത്രിയിലായിരുന്നു ഇത്തരം രാഷ്ട്രീയ ചർച്ചകൾ. അനുജന്മാർ രണ്ടുപേരും ഉറങ്ങിയ ശേഷമാണ് മലാല പിതാവുമായി ഇത്തരം സംവാദങ്ങളിൽ ഏർപ്പെട്ടിരുന്നത്. പിതാവിൽനിന്ന് കേട്ടും ചുറ്റുപാടും നടക്കുന്നത് കണ്ടുമാണ് പല കാര്യങ്ങളും മലാല മനസ്സിലാക്കിയത്. മുത്തശ്ശിക്കഥകളും ഇതിഹാസകഥകളുമൊക്കെ കേട്ടു വളരേണ്ട പ്രായത്തിലാണ്

താലിബാൻ നടത്തുന്ന ക്രൂരതയുടെ നടുക്കുന്ന കഥകൾ അവളുടെ മനസ്സിൽ മുറിവേൽപ്പിച്ചത്.

ചെറുപ്രായത്തിൽത്തന്നെ മകളിലുള്ള കഴിവുകൾ യൂസഫ് സായ് മനസ്സിലാക്കിയിരുന്നു. തീക്ഷ്ണമായ അവളുടെ ചിന്തകളും ചുറ്റുപാടും നടക്കുന്ന സംഭവങ്ങളോടുള്ള പ്രതികരണങ്ങളുമൊക്കെ അദ്ദേഹം ശ്രദ്ധിക്കുന്നുണ്ടായിരുന്നു. പൈലറ്റോ ഡോക്ടറോ ആകാനായിരുന്നു മലാലയുടെ മോഹം. എന്നാൽ നാടിനു വേണ്ടി നന്മ ചെയ്യാൻ ഏറ്റവും നല്ല മാർഗ്ഗം രാഷ്ട്രീയമാണെന്ന ചിന്ത മലാലയിൽ വളർത്തിയത് പിതാവിന്റെ വാക്കുകളാണ്. നിയമബിരുദം നേടിയശേഷം രാഷ്ട്രീയ പ്രവർത്തകയാകണം എന്നാണ് മലാലയുടെ ഇപ്പോഴത്തെ ആഗ്രഹം. എല്ലാ പെൺകുട്ടികൾക്കും വിദ്യാഭ്യാസം ചെയ്യാൻ കഴിയുന്ന, സ്വാതന്ത്ര്യത്തോടെ ജീവിക്കാൻ കഴിയുന്ന ഒരു സുന്ദരമായ കാലത്തെ കുറിച്ചാണ് അവൾ സ്വപ്നം കാണുന്നത്. അതിനുവേണ്ടിയാണ് മരണഭയമില്ലാതെ ഇരുട്ടിന്റെ ശക്തികളോട് പൊരുതുന്നത്. മലാലയുടെ ആവശ്യങ്ങൾ വളരെ ലളിതമാണ്, ന്യായവും.

'എനിക്ക് പഠിക്കണം, പാടണം, സംസാരിക്കണം, മാർക്കറ്റിൽ പോകണം. എനിക്ക് മാത്രമല്ല എന്റെ നാട്ടിലെ മറ്റു കുട്ടികൾക്കും ഇതിനുള്ള സ്വാതന്ത്ര്യം വേണം. ഈ സ്വാതന്ത്ര്യത്തിനു വേണ്ടിയാണ് ഞാൻ സംസാരിക്കുന്നത്, എഴുതുന്നത്'.

'വിദ്യാഭ്യാസം നിഷേധിക്കപ്പെടുമ്പോൾ അവിടം അന്ധകാരത്തിലാഴും. ഈ അന്ധകാരത്തിൽ താലിബാനെപ്പോലുള്ള ഛിദ്ര ശക്തികൾ വളരും. വിദ്യാഭ്യാസം ജനങ്ങളെ വെളിച്ചത്തിലേക്കു നയിക്കും. അവിടെ ഇരുട്ടിന്റെ ശക്തികൾക്ക് വളരാൻ കഴിയില്ല'.

തെളിമയാർന്നതും തീക്ഷ്ണവുമാണ് അവളുടെ ചിന്തകൾ. ഈ ചിന്തകളെത്തന്നെയാണ് താലിബാൻ ഭയപ്പെടുന്നത്.

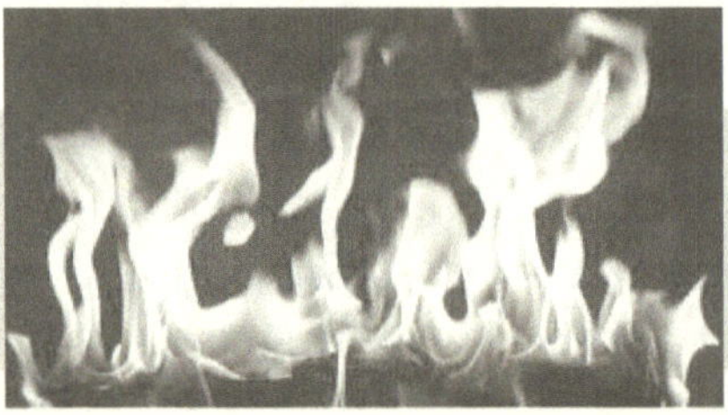

തീപിടിപ്പിക്കുന്ന ഡയറിക്കുറിപ്പുകൾ

ജനുവരി 3, ശനി

എനിക്ക് ഭയമാണ്

താലിബാനും, സൈനിക ഹെലികോപ്റ്ററുകളും നിറഞ്ഞ ഭീകരമായൊരു സ്വപ്നം ഇന്നലെ രാത്രി ഞാൻ കണ്ടു. സ്വാത്ത് താഴ്വരയിൽ സൈനിക നടപടി തുടങ്ങിയശേഷം ഇത്തരം ഭീകര സ്വപ്നങ്ങൾ നിരന്തരം എന്നെ അലട്ടാറുണ്ട്. എന്റെ അമ്മ എനിക്ക് വേണ്ടി തയ്യാറാക്കിയ പ്രഭാത ഭക്ഷണം കഴിച്ച് ഞാൻ സ്കൂളിലേക്ക് പുറപ്പെട്ടു. പെൺകുട്ടികൾ സ്കൂളിൽ പോകരുതെന്ന താലിബാന്റെ തിട്ടൂരം ഉള്ളതിനാൽ ഞാൻ ഭയപ്പാടോടെയാണ് പോയത്. 27 കുട്ടികൾ ഉള്ളതിൽ 11 പേർ മാത്രമേ സ്കൂളിൽ എത്തിയിരുന്നുള്ളു. താലിബാനെ ഭയന്നാണ് പലരും എത്താത്തത്. എന്റെ മൂന്ന് കൂട്ടുകാരികൾ പെഷവാർ, ലാഹോർ, റാവൽപ്പിണ്ടി എന്നിവിടങ്ങളിലേക്ക് കുടുംബത്തോടൊപ്പം മാറിപ്പോയി.

സ്കൂളിൽനിന്നും വീട്ടിലേക്ക് മടങ്ങുമ്പോൾ ഒരാൾ 'നിന്നെ ഞാൻ കൊല്ലും' എന്ന് ഉറക്കെ വിളിച്ച് പറയുന്നുണ്ടായിരുന്നു. ഭയപ്പാടോടെ ഞാൻ വേഗത്തിൽ നടന്നു. ഇടയ്ക്ക് തിരിഞ്ഞു നോക്കിയപ്പോൾ അയാൾ മറ്റാരോടോ മൊബൈലിൽ സംസാരിച്ചുകൊണ്ട് എന്റെ പിറകെ വരുന്നുണ്ടായിരുന്നു. അയാൾ മൊബൈലിൽ ആരെയോ ഭീഷണിപ്പെടുത്തുകയായിരുന്നു എന്ന് മനസ്സിലായപ്പോഴാണ് എനിക്ക് സമാധാനമായത്.

ജനുവരി 4, ഞായർ

എനിക്ക് സ്കൂളിൽ പോകണം

ഇന്ന് അവധിയായതിനാൽ രാവിലെ പത്തുമണിയ്ക്കാണ് ഞാൻ ഉണർന്നത്. ഗ്രീൻചൗക്കിൽ മൂന്ന് മൃതദേഹങ്ങൾ കിടക്കുന്നത് കണ്ടതായി അച്ഛൻ പറയുന്നതു കേട്ടു. ഇതുകേട്ട് എനിക്ക് വേദന തോന്നി. സ്വാത്തിൽ സൈനിക നടപടി തുടങ്ങുന്നതിനുമുമ്പ് എല്ലാ ഞായറാഴ്ചകളിലും ഞങ്ങൾ മർഗാസർ, ഫിസാഘട്ട്, കഞ്ചു എന്നിവിടങ്ങളിൽ വിനോദ യാത്രയ്ക്ക് പോകുമായിരുന്നു. കഴിഞ്ഞ ഒന്നര വർഷമായി ഇത്തരം യാത്രകൾ പോയിട്ട്. മുൻപ് അത്താഴത്തിനുശേഷം ഞങ്ങൾ പുറത്ത് നടക്കാൻ പോകുമായിരുന്നു. ഇപ്പോൾ സൂര്യാസ്തമയത്തിനുമുൻപ് വീടണയും.

ഹോം വർക്ക് ചെയ്തും അനിയന്മാരോടൊപ്പം കളിച്ചും ചെറിയ വീട്ടുജോലികൾ ചെയ്തും ഇന്ന് വീട്ടിനുള്ളിൽത്തന്നെ ചെലവഴിച്ചു. നാളെ സ്കൂളിൽ പോകുന്ന കാര്യം ഓർത്തപ്പോൾ എന്റെ ഹൃദയമിടിപ്പ് കൂടി.

ജനുവരി 5, തിങ്കൾ

നിറമുള്ള വസ്ത്രങ്ങൾ ധരിക്കരുത്

രാവിലെ സ്കൂളിൽ പോകാൻ യൂണിഫോം എടുത്തപ്പോഴാണ്, സാധാരണ ഡ്രസ്സ് മതിയെന്ന് കഴിഞ്ഞ ദിവസം പ്രിൻസിപ്പൽ പറഞ്ഞത് ഞാൻ ഓർത്തത്. എനിക്ക് പ്രിയപ്പെട്ട പിങ്ക് നിറത്തിലുള്ള ഡ്രസ്സ് ധരിക്കാൻ ഞാൻ തീരുമാനിച്ചു. എല്ലാ കുട്ടികളും കളർ വസ്ത്രങ്ങൾ ധരിച്ചെത്തിയതിനാൽ സ്കൂൾ വീടുപോലെ തോന്നി. എന്നാൽ താലിബാന്റെ ഭീഷണി ഉള്ളതിനാൽ കളർ ഡ്രസ്സ് ധരിക്കരുതെന്ന് രാവിലെ അസംബ്ലിയിൽ പറഞ്ഞു.

ഒരു കൂട്ടുകാരി എന്നോടിങ്ങനെ ചോദിച്ചു. 'ദൈവത്തെയോർത്ത് സത്യം പറയണം, താലിബാൻ നമ്മുടെ സ്കൂൾ ആക്രമിക്കാൻ പോവുകയാണോ?'

സ്കൂളിൽനിന്നും മടങ്ങിയെത്തിയ എനിക്ക് ഉച്ചഭക്ഷണത്തിന് ശേഷം ട്യൂഷൻ ഉണ്ടായിരുന്നു. വൈകിട്ട് ടിവി വച്ചപ്പോഴാണ് ഷക്കാർദ്രയിൽ കഴിഞ്ഞ പതിനഞ്ച് ദിവസമായി ഏർപ്പെടുത്തിയിരുന്ന കർഫ്യൂ പിൻവലിച്ചതായി ഞാൻ അറിഞ്ഞത്. ഇത് കേട്ടപ്പോൾ എനിക്ക് സന്തോഷമായി. കാരണം എന്റെ ഇംഗ്ലീഷ് ടീച്ചർ അവിടെ നിന്നാണ്. ഇനി ടീച്ചർക്ക് സ്കൂളിലെത്താൻ സാധിക്കും.

ജനുവരി 7, ബുധൻ

വെടിയൊച്ചകളില്ല, ഭയവും

മുഹ്റം അവധി ചെലവഴിക്കാൻ ഞാൻ ബുനൈറിൽ എത്തി. പുൽത്തകിടിയും മലനിരകളും നിറഞ്ഞ ബൂനൈർ എനിക്ക് വളരെ പ്രിയപ്പെട്ടതാണ്. എന്റെ സ്വാത്തും അതിമനോഹരമാണ്. എന്നാലിപ്പോൾ അവിടെ സമാധാനമില്ല. ബുനൈറിൽ ശാന്തിയും സമാധാനവുമുണ്ട്. ഇവിടെ വെടിയൊച്ചകളില്ല, ഭയവും. ഞങ്ങളെല്ലാവരും സന്തോഷത്തിലായിരുന്നു. ഇന്ന് പീർബാബ സ്മാരകത്തിൽ പോയി. ധാരാളം ആളുകളുണ്ടായിരുന്നു അവിടെ. പലരും പ്രാർത്ഥനയ്ക്കായാണ് എത്തിയത്. ഞങ്ങൾ വിനോദത്തിനും. വളകളും കമ്മലും മോതിരവും മറ്റ് ആഭരണങ്ങളും വിൽക്കുന്ന കടകൾ അവിടെ ഉണ്ടായിരുന്നു. എന്തെങ്കിലും വാങ്ങണമെന്ന് കരുതി. പക്ഷെ ഒന്നും ഇഷ്ടമായില്ല. എന്റെ അമ്മ കമ്മലും വളകളും വാങ്ങി.

ജനുവരി 9, വെള്ളി

മൗലാന അവധിയിലാണോ?

ഇന്ന് സ്കൂളിൽ എത്തിയ ഞാൻ കൂട്ടുകാരോട് എന്റെ ബുണൈർ യാത്രയെക്കുറിച്ച് പറഞ്ഞു. പലവട്ടം കേട്ട ബുണൈർ കഥ കേൾക്കണ്ടെന്നു പറഞ്ഞു അവരെന്നെ കളിയാക്കി. എഫ്.എം. റേഡിയോയിൽ പ്രഭാഷണം നടത്തുന്ന മൗലാനാ ഷാ ദൗരൻ (തെഹ്രീക് ഇ താലിബാന്റെ സ്വാത്തിലെ ഡെപ്യൂട്ടി കമാന്റർ) കൊല്ലപ്പെട്ടുവെന്ന അഭ്യൂഹങ്ങളെക്കുറിച്ച് ഞങ്ങൾ ചർച്ച ചെയ്തു. പെൺകുട്ടികൾ സ്കൂളിൽ പോകരുതെന്ന് പ്രഖ്യാപിച്ചവരിൽ ഒരാളായിരുന്നു മൗലാന. ഇയാൾ കൊല്ലപ്പെട്ടുവെന്ന് ചില കൂട്ടുകാരികൾ പറഞ്ഞപ്പോൾ മറ്റ് ചിലർ അതിനെ എതിർത്തു. കഴിഞ്ഞരാത്രി എഫ്.എം. റേഡിയോയിൽ പ്രഭാഷണം കേൾക്കാത്തതാണ് കൊല്ലപ്പെട്ടിരിക്കാമെന്ന അഭ്യൂഹങ്ങൾക്ക് കാരണം. അയാൾ അവധിയിലായിരിക്കുമെന്ന് ഒരു പെൺകുട്ടി പറഞ്ഞു.

ഇന്ന് ട്യൂഷൻ ഇല്ലാതിരുന്നതിനാൽ വൈകുന്നേരം മുഴുവൻ ഞാൻ കളികളിൽ മുഴുകി. വൈകിട്ട് ടി.വി. വച്ചപ്പോൾ ലാഹോറിൽ സ്ഫോടനം നടന്ന വാർത്തയാണ് കേട്ടത്. 'പാകിസ്ഥാനിൽ എന്താണിങ്ങനെ സ്ഫോടനങ്ങൾ നടക്കുന്നത്?' ഞാൻ എന്നോടുതന്നെ ചോദിച്ചു.

ജനുവരി 14, ബുധൻ

എനിക്കിനി സ്കൂളിൽ പോകാൻ കഴിഞ്ഞേക്കില്ല

നാളെ മുതൽ ശൈത്യകാല അവധി തുടങ്ങുകയാണ്. ഇന്നെനിക്ക് സ്കൂളിൽ പോകാൻ ഒരു താൽപര്യവും തോന്നിയില്ല. നാളെ മുതൽ അവധിയാണെന്ന് അറിയിച്ച പ്രിൻസിപ്പൽ എന്ന് സ്കൂൾ തുറക്കുമെന്ന് പറഞ്ഞില്ല. ഇതാദ്യമായാണ് ഇങ്ങിനെ. മുൻപ് സ്കൂൾ അടക്കുന്നതിനൊപ്പം തുറക്കുന്ന തീയതിയും കൃത്യമായി പറയുമായിരുന്നു. സ്കൂൾ തുറക്കുന്ന തീയതി അറിയിക്കാത്തതിന്റെ കാരണം പ്രിൻസിപ്പാൾ പറഞ്ഞില്ലെങ്കിലും താലിബാനെ ഭയന്നാണെന്ന് ഞങ്ങൾ ഊഹിച്ചു. ജനുവരി 15 മുതൽ പെൺകുട്ടികൾ സ്കൂളിൽ പോകരുതെന്നാണ് താലിബാന്റെ അന്ത്യ ശാസനം.

സ്കൂളിൽ ആർക്കും അവധി തുടങ്ങുന്നതിന്റെ സന്തോഷം ഉണ്ടായിരുന്നില്ല. താലിബാന്റെ തിട്ടൂരം ഉള്ളതിനാൽ സ്കൂളിലേക്കു മടങ്ങിയെത്താൻ കഴിയില്ലെന്ന് അവർക്കറിയാം. എന്നാൽ ചില പെൺകുട്ടികൾ ഫെബ്രുവരിയിൽ സ്കൂൾ തുറക്കുമെന്നു തന്നെ വിശ്വസിച്ചു. എന്നാൽ സ്വാത്തിൽ നിന്നും മറ്റ് ഏതെങ്കിലും നഗരത്തിലേക്ക് താമസം മാറാൻ രക്ഷിതാക്കൾ തീരുമാനിച്ച കാര്യം മറ്റുചില പെൺകുട്ടികൾ പങ്കുവച്ചു. ഇന്ന് സ്കൂളിലെ അവസാന ദിവസമായതിനാൽ കുറച്ചധികസമയം കളിക്കാൻ ഞങ്ങൾ തീരുമാനിച്ചു. സ്കൂൾ ഒരു ദിവസം തുറക്കുമെന്നുതന്നെ ഞാൻ വിശ്വസിച്ചു. എങ്കിലും വീട്ടിലേക്കു മടങ്ങുമ്പോൾ വെറുതെ, സ്കൂൾ കെട്ടിടത്തിലേക്കു തിരിഞ്ഞുനോക്കി. 'ഇനി ഇവിടേയ്ക്ക് മടങ്ങി വരാൻ എനിക്കു കഴിഞ്ഞില്ലെങ്കിലോ?'

ജനുവരി 15, വ്യാഴം

പീരങ്കികൾ തീ തുപ്പിയ രാത്രി

രാത്രി മുഴുവൻ പീരങ്കികൾ തീ തുപ്പുന്നതിന്റെ ശബ്ദമായിരുന്നു. മൂന്ന് തവണ ഞാൻ ഉണർന്നു. സ്കൂൾ ഇല്ലാത്തതിനാൽ ഞാൻ 10 മണിക്കാണ് എഴുന്നേറ്റത്. കുറച്ചു കഴിഞ്ഞപ്പോൾ എന്റെ കൂട്ടുകാരി വീട്ടിൽ വന്നു. താലിബാന്റെ ശാസന നിലവിൽ വരുന്നതിനുമുമ്പുള്ള അവസാന ദിവസമാണിന്ന്. ഏതൊരു സാധാരണ ദിവസത്തേയും പോലെ എന്റെ കൂട്ടുകാരി എന്നോട് ഹോംവർക്കിനെക്കുറിച്ച് സംസാരിച്ചു.

ബി.ബി.സി ഉറുദുവിനുവേണ്ടി എഴുതിയ ഡയറിക്കുറിപ്പുകൾ ഒരു പത്രത്തിൽ വന്നത് ഞാനും വായിച്ചു. 'ഗുൽമക്കായ്' എന്ന തൂലികാനാമത്തിലായിരുന്നു ഞാൻ ഡയറിക്കുറിപ്പുകൾ എഴുതിയിരുന്നത്. എന്റെ അമ്മക്ക് ഈ പേര് വളരെ ഇഷ്ടമാണ്. അവളുടെ പേര് 'ഗുൽമക്കായ്' എന്ന് മാറ്റിയാലെന്താ എന്ന് അച്ഛനോട് അമ്മ ചോദിക്കുന്നുണ്ടായിരുന്നു. എനിക്കും ഈ പേര് ഇഷ്ടമാണ്, കാരണം എന്റെ യഥാർത്ഥ പേരിന്റെ അർത്ഥം 'വിഷാദം നിറഞ്ഞവൾ' എന്നാണ്.

കുറച്ച് ദിവസങ്ങൾക്കുമുമ്പ് എന്റെ ഡയറിക്കുറിപ്പുകളുടെ പകർപ്പ് കാണിച്ച് ഇതെത്ര മനോഹരമാണെന്ന് ഒരു സുഹൃത്ത് പറഞ്ഞതായി എന്റെ അച്ഛൻ എന്നോട് പറഞ്ഞു. ഇതുകേട്ട് താൻ ചിരിച്ചതായും, തന്റെ മകളാണ് ഇതെഴുതിയതെന്ന് പറഞ്ഞില്ലെന്നും അച്ഛൻ പറഞ്ഞു.

ജനുവരി 18, ഞായർ

പോലീസിനെ എങ്ങും കാണാനില്ല

സർക്കാർ നമ്മുടെ സ്കൂളുകൾ സംരക്ഷിക്കുമെന്ന് എന്റെ അച്ഛൻ പറഞ്ഞു. പ്രധാനമന്ത്രിയും ഈ വിഷയം ഉന്നയിച്ചിട്ടുണ്ട്. ഇതുകേട്ടപ്പോൾ എനിക്കു സന്തോഷം തോന്നിയെങ്കിലും, ഇതൊന്നും ശാശ്വതപരിഹാരമല്ലെന്ന് എനിക്കറിയാമായിരുന്നു. ഇപ്പോഴും സ്വാത്തിൽ നിരവധി സൈനികർ കൊല്ലപ്പെടുകയും, പലരെയും തട്ടിക്കൊണ്ടുപോവുകയും ചെയ്യുന്ന വാർത്തകളാണ് കേൾക്കുന്നത്. എന്നാൽ ഇപ്പോൾ പോലീസിനെ എങ്ങും കാണാനില്ല.

ഞങ്ങളുടെ രക്ഷിതാക്കൾ ഭയത്തിലാണ്. പെൺകുട്ടികൾക്ക് സ്കൂളുകളിൽ പോകാമെന്ന് താലിബാൻ അറിയിക്കുന്നതുവരെ ഇനി സ്കൂളിലേക്ക് അയക്കില്ലെന്നാണ് അവർ പറയുന്നത്. ഞങ്ങളുടെ വിദ്യാഭ്യാസം തടസപ്പെടുന്നതിൽ സൈന്യത്തിനും പങ്കുണ്ട്. ഇന്ന് സ്കൂളിൽ പോയ എന്റെ വീടിനടുത്തുള്ള ഒരു ആൺകുട്ടിയോട് കർഫ്യൂ ആയതിനാൽ വീട്ടിലേക്ക് മടങ്ങാൻ പ്രിൻസിപ്പാൾ പറഞ്ഞു. എന്നാൽ കർഫ്യൂ ഇല്ലെന്നും സ്കൂളിനടുത്തുള്ള റോഡിൽ സൈന്യം ഉള്ളതിനാലാണ് ക്ലാസില്ലാത്തതെന്നും അവൻ പറഞ്ഞു.

ജനുവരി 19, തിങ്കൾ

സൈന്യം അവരുടെ ബങ്കറുകളിലാണ്

എന്റെ വീടിനടുത്തുള്ള ഒരു സ്കൂൾ ഉൾപ്പെടെ അഞ്ചോളം സ്കൂളുകൾ തകർക്കപ്പെട്ടു. ഞാൻ അമ്പരന്നു, ഈ സ്കൂളുകളൊക്കെ അടച്ചതാണ്. എന്നിട്ടും എന്തിനവർ തകർത്തു? താലിബാന്റെ അന്ത്യശാസനം നിലവിൽ വന്നശേഷം ആരും പിന്നീട് സ്കൂളുകളിലേക്ക് പോയിട്ടില്ല. ഇന്ന് ഞാനെന്റെ കൂട്ടുകാരിയുടെ വീട്ടിൽ പോയി. മൗലാന ഷാ ദൗരനെ, കുറച്ച് ദിവസങ്ങൾക്കുമുൻപ് ആരോ കൊലപ്പെടുത്തിയതായി അവൾ എന്നോട് പറഞ്ഞു. ഇതിന്റെ ദേഷ്യത്തിലായിരിക്കാം താലിബാൻ സ്കൂളുകൾ തകർത്തതെന്നും അവൾ പറഞ്ഞു. സൈന്യം യാതൊന്നും ചെയ്യുന്നില്ല. മലമുകളിലെ ബങ്കറുകളിൽ അവർ സുരക്ഷിതരായിരിക്കുന്നു. ആടുകളെ കൊന്നുതിന്ന് അവർ സന്തോഷമായി കഴിയുന്നു.

ജനുവരി 22, വ്യാഴം

അതീവ അപകടകരമായ സാഹചര്യം

സ്കൂൾ അടച്ചശേഷം വിരസമായ ദിവസങ്ങളായിരുന്നു. എന്റെ കൂട്ടുകാരിൽ ചിലർ സ്വാത്ത് താഴ്വര ഉപേക്ഷിച്ച് മറ്റ് നഗരങ്ങളിലേക്കു ചേക്കേറി. കാരണം സ്വാത്ത് ഇന്ന് അതീവ അപകടാവസ്ഥയിലാണ്. പെൺകുട്ടികൾ സ്കൂളുകളിൽ പോകരുതെന്ന് ഇന്നും മൗലാന ഷാ ദൗരന്റെ മുന്നറിയിപ്പ് റേഡിയോയിലൂടെ ഉണ്ടായി. പൂട്ടിയിട്ട സ്കൂളുകൾ സൈനിക പോസ്റ്റുകളായി ഉപയോഗിക്കരുതെന്നും മൗലാന ഭീഷണി മുഴക്കി. ഹാജിബാബ പ്രദേശത്തെ ആൺകുട്ടികളുടെയും പെൺകുട്ടികളുടെയും സ്കൂളുകളിൽ സൈന്യം എത്തിയതായി അച്ഛൻ പറഞ്ഞ് ഞാനറിഞ്ഞു. 'ദൈവം അവരെ രക്ഷിക്കട്ടെ'.

മൂന്ന് കള്ളന്മാരെ നാളെ ചാട്ട കൊണ്ട് അടിക്കുന്നുണ്ടെന്നും, ഇത് കാണേണ്ടവർക്ക് വന്നു കാണാമെന്നും മൗലാന ഷാ ദൗരൻ റേഡിയോയിലൂടെ അറിയിച്ചു. എനിക്ക് അതിശയമായിരുന്നു. ഇപ്പോൾത്തന്നെ നമ്മൾ ഒരുപാട് അനുഭവിക്കുന്നുണ്ട്. എന്നിട്ടും ആളുകൾ എന്തിനാണ് ഇതൊക്കെ കാണാൻ പോകുന്നത്? ഇത്തരം പ്രവൃത്തികൾ അവസാനിപ്പിക്കാൻ സൈന്യത്തിനു എന്തുകൊണ്ട് കഴിയുന്നില്ല? ഞാൻ കണ്ടിട്ടുണ്ട്, സൈന്യം എവിടെയുണ്ടോ അവിടെ ഒരു താലിബാൻ കാണും. എന്നാൽ താലിബാൻ ഉള്ളിടത്ത് സൈന്യം പോകില്ല.

ജനുവരി 24, ശനി

ബഹുമതി ബോർഡിൽ ആരുടെയും പേരുണ്ടാകില്ല

അവധിക്കുശേഷം വാർഷിക പരീക്ഷയാണ്. എന്നാൽ പെൺകുട്ടികളുടെ സ്കൂളുകൾ പ്രവർത്തിപ്പിക്കാൻ താലിബാൻ അനുവദിച്ചാൽ മാത്രമെ ഇത് നടക്കൂ. പരീക്ഷയ്ക്കുവേണ്ടി ചില പാഠങ്ങൾ പഠിക്കണമെന്നു ഞങ്ങൾ സംസാരിച്ചു, പക്ഷെ എനിക്കു പഠിക്കാൻ ഒരു താൽപര്യവും തോന്നിയില്ല.

വിദ്യാലയങ്ങളുടെ സംരക്ഷണം പൂർണ്ണമായും ഇന്നലെ സൈന്യം ഏറ്റെടുത്തു. നിരവധി സ്കൂളുകൾ തകർക്കപ്പെടുകയും പൂട്ടുകയും ചെയ്തശേഷമാണ് സൈന്യത്തിനു പ്രവർത്തിക്കാൻ തോന്നിയത്. സൈന്യം ശരിയായ രീതിയിൽ പ്രതികരിച്ചിരുന്നെങ്കിൽ ഇത്തരമൊരവസ്ഥ ഉണ്ടാകില്ലായിരുന്നു. സ്വാത്ത് താലിബാൻ വക്താവ് മുസ്‌ലിം ഖാൻ, സൈന്യം സംരക്ഷിക്കുന്ന സ്കൂളുകൾ ആക്രമിക്കുമെന്ന് മുന്നറിയിപ്പ് നൽകി. ഇതു കേട്ടപ്പോൾ സ്കൂളുകളിലെ സൈനിക സാന്നിധ്യം എന്നെ ഭയപ്പെടുത്തി. വാർഷിക പരീക്ഷയ്ക്ക് ഏറ്റവും കൂടുതൽ മാർക്ക് വാങ്ങുന്നയാളുടെ പേര് സ്കൂളിലെ ബഹുമതി ബോർഡിൽ എഴുതി ആദരിക്കാറുണ്ട്. ഇക്കൊല്ലം ആരുടേയും പേര് ഈ ബോർഡിൽ എഴുതാൻ കഴിയില്ല?

ജനുവരി 26, തിങ്കൾ

ഹെലികോപ്റ്റർ മിഠായി

ഭീകരമായ വെടിയൊച്ചകൾ കേട്ടാണ് രാവിലെ ഞാൻ ഉണർന്നത്. മുൻപ് ഹെലികോപ്റ്ററുകളുടെ ഇരമ്പലുകളാണ് ഞങ്ങളെ ഭയപ്പെടുത്തിയിരുന്നതെങ്കിൽ ഇപ്പോൾ വെടിയൊച്ചകളും ഉറക്കംകെടുത്തുന്നു. എനിക്കോർമ്മയുണ്ട്, ആദ്യമായി സൈനിക ഹെലികോപ്റ്റർ ഞങ്ങളുടെ വീടിന് മുകളിലൂടെ പറന്നപ്പോൾ ഭയപ്പെട്ടത്. എന്റെ വീടിനു സമീപത്തെ കുട്ടികൾക്കും പേടിയാണ്. ഒരു ദിവസം ഹെലികോപ്റ്ററിൽ നിന്നും മിഠായി എറിഞ്ഞുതന്നു. ഇത് മറ്റു ചില ദിവസങ്ങളിലും തുടർന്നു. ഇപ്പോൾ ഹെലികോപ്റ്ററിന്റെ ശബ്ദം കേൾക്കുമ്പോൾ ഞങ്ങൾ പുറത്തിറങ്ങി മിഠായിക്കായി കാത്തുനിൽക്കും. എന്നാലിപ്പോൾ ഹെലികോപ്റ്ററിൽനിന്നും മിഠായി എറിഞ്ഞ് തരാറില്ല.

എന്റെ അച്ഛൻ ഒരു സന്തോഷ വാർത്തയുമായാണ് ഇന്ന് എത്തിയത്. നാളെ ഇസ്‌ലാമാബാദിലേക്ക് പോകുന്നു. ഞങ്ങൾക്ക് വലിയ സന്തോഷം തോന്നി.

ജനുവരി 28, ബുധൻ

അച്ഛന്റെയും അമ്മയുടെയും കണ്ണുകൾ ഈറനണിഞ്ഞു

ഇന്നലെ ഞങ്ങൾ ഇസ്ലാമാബാദിലെത്തി. സ്വാത്തിൽനിന്നും ഇസ്ലാമാബാദിലേക്കുള്ള യാത്ര ഭയത്തോടെയായിരുന്നു. പല സ്ഥലങ്ങളിലും താലിബാനുവേണ്ടിയുള്ള സൈന്യത്തിന്റെ തിരച്ചിൽ. പക്ഷെ ഒന്നും സംഭവിച്ചില്ല. സ്വാത്ത് താഴ്‌വര പിന്നിട്ടപ്പോൾ ഭയവും കെട്ടടങ്ങി. ആദ്യമായാണ് ഞാൻ ഇസ്ലാമാബാദിലെത്തുന്നത്. ഭംഗിയുള്ള ബംഗ്ലാവുകളും വലിയ റോഡുകളുമുള്ള മനോഹരമായ നഗരം. പക്ഷെ എന്റെ സ്വാത്തുമായി താരതമ്യം ചെയ്യുമ്പോൾ സ്വാഭാവിക ഭംഗി കുറവ്. അച്ഛന്റെ ഒരു സുഹൃത്തിന്റെ വീട്ടിലാണ് ഞങ്ങൾ തങ്ങിയത്. ലോക്‌വിർസ മ്യൂസിയത്തിൽ അച്ഛൻ ഞങ്ങളെ കൊണ്ടുപോയി. ധാരാളം കാര്യങ്ങൾ അവിടെ പഠിക്കാനുണ്ടായിരുന്നു. സ്വാത്തിലും ചില മ്യൂസിയങ്ങളുണ്ട്. ഏറ്റുമുട്ടലിൽ അതൊക്കെ തകർന്നോ എന്നെനിക്കറിയില്ല. ലോക്‌വിർസ മ്യൂസിയത്തിന് പുറത്ത് കച്ചവടം നടത്തുന്ന ഒരു പ്രായം ചെന്നയാളിൽ നിന്നും അച്ഛൻ നമുക്ക് പോപ്പ്കോൺ വാങ്ങിത്തന്നു. പഷ്തൂൺ ഭാഷയിലാണ് അദ്ദേഹം നമ്മോടു സംസാരിച്ചത്. നിങ്ങൾ ഇസ്ലാമാബാദിൽ നിന്നാണോയെന്ന് എന്റെ അച്ഛൻ അദ്ദേഹത്തോട് ചോദിച്ചു. 'ഇസ്ലാമാബാദ് എന്നെങ്കിലും പഷ്തൂൺ വിഭാഗത്തെ ഉൾകൊള്ളുമെന്ന് കരുതുന്നുണ്ടോ?' എന്ന് അദ്ദേഹം തിരിച്ച് ചോദിച്ചു. സൈനിക നടപടി തുടങ്ങിയ ശേഷം മൊഹമന്ദ് ഏജൻസിയിൽനിന്നും (പഷ്തൂൺ വിഭാഗത്തിന് മുൻതൂക്കമുള്ള പാകിസ്ഥാനിലെ ഒരു ജില്ല) വീട് നഷ്ടപ്പെട്ടതിനെത്തുടർന്നാണ് ഇസ്ലാമാബാദിൽ എത്തിയതെന്ന് അദ്ദേഹം പറഞ്ഞപ്പോൾ എന്റെ അച്ഛനമ്മമാരുടെ കണ്ണുകൾ നിറയുന്നത് ഞാൻ കണ്ടു.

ജനുവരി 30, വെള്ളി

ശവക്കല്ലറ നിർമ്മാണം

സ്വാത്തിൽ ഏറ്റുമുട്ടൽ തുടങ്ങിയശേഷമുള്ള ഒരേയൊരു നല്ല കാര്യം, അച്ഛൻ ഞങ്ങളെ മിങ്കോറയിൽനിന്നും പല നഗരങ്ങളിലേക്കും കൊണ്ടുപോയി എന്നതാണ്. ഇസ്ലാമാബാദിൽ നിന്നും ഇന്നലെ ഞങ്ങൾ പെഷവാറിലെത്തി. ബന്നുവിലേക്ക് പുറപ്പെടുന്നതിനുമുൻപ് പെഷവാറിലെ ഒരു ബന്ധുവിന്റെ വീട്ടിൽ നിന്നും ഭക്ഷണം കഴിച്ചു. എന്റെ അഞ്ച് വയസ്സുള്ള അനുജൻ പുൽത്തകിടിയിൽ കളിക്കുന്നതുകണ്ട് 'എന്ത് കളിയാ നീ കളിക്കുന്നതെന്ന് അച്ഛൻ ചോദിച്ചു'. 'ശവക്കല്ലറയുണ്ടാക്കുകയാണ്' എന്നായിരുന്നു അവന്റെ മറുപടി.

കുറച്ചുനേരത്തിനുശേഷം ഞങ്ങൾ ബന്നുവിലേക്ക് പുറപ്പെട്ടു. ഒരു പഴയ വാഹനത്തിലായിരുന്നു യാത്ര. ഡ്രൈവർ തുടർച്ചയായി ഹോൺ മുഴക്കുന്നുണ്ടായിരുന്നു. ഇടയ്ക്ക് വാഹനം ഒരു വലിയ കുഴിയിൽ ചാടി. ഹോൺ നിർത്താതെ മുഴങ്ങുന്നുണ്ടായിരുന്നു. ഉറക്കത്തിലായിരുന്ന എന്റെ പത്ത് വയസ്സുള്ള അനുജൻ ഇതുകേട്ട് ഞെട്ടിയുണർന്നു ചോദിച്ചു. 'ബോംബ് സ്ഫോടനമാണോ?'

ഞങ്ങൾ ബന്നുവിലെത്തി. അച്ഛന്റെ സുഹൃത്ത് കാത്തുനിൽപ്പുണ്ടായിരുന്നു. അദ്ദേഹവും പഷ്തൂൺ ആണെങ്കിലും ബന്നുവിലെ പ്രാദേശിക ഭാഷയിലാണ് സംസാരിച്ചത്. അതിനാൽ അദ്ദേഹം പറഞ്ഞ പല കാര്യങ്ങളും വ്യക്തമായി എനിക്ക് മനസിലായില്ല. പിന്നീട് ഞങ്ങൾ കമ്പോളത്തിലും പാർക്കിലും പോയി. അവിടെ സ്ത്രീകൾക്ക് വീടിനു പുറത്തിറങ്ങണമെങ്കിൽ ബുർഖ ധരിക്കണം. എന്റെ അമ്മ ബുർഖ ധരിച്ചു. ബുർഖയിട്ടുകൊണ്ടു നടക്കാൻ ബുദ്ധിമുട്ടായതിനാൽ ഞാൻ അതണിയാൻ വിസമ്മതിച്ചു.

സ്വാത്തുമായി താരതമ്യം ചെയ്യുമ്പോൾ ബന്നുവിൽ കുറച്ച് സമാധാനമുണ്ട്. ഇവിടെയും താലിബാന്റെ സാന്നിദ്ധ്യമുണ്ടെങ്കിലും സ്വാത്തിലേതുപോലെ പ്രശ്നങ്ങളില്ലെന്ന് അച്ഛന്റെ സുഹൃത്തും കുടുംബവും പറഞ്ഞു. ബന്നുവിലും പെൺപള്ളിക്കൂടങ്ങൾക്ക് താലിബാന്റെ വിലക്കുണ്ട്. എന്നാൽ ബന്നുവിലെ സ്കൂളുകൾ ഇപ്പോഴും തുറക്കുന്നുണ്ട്.

ജനുവരി 31, ശനി

അവരുടെയൊക്കെ മരണത്തിന് ആര് പകരം വീട്ടും

ബന്നുവിൽനിന്നും പെഷവാറിലേക്കു മടങ്ങുമ്പോൾ, ഭയപ്പാടോടെ എന്റെ കൂട്ടുകാരി എന്നെ വിളിച്ചു. സ്വാത്തിലെ സ്ഥിതി അത്യന്തം ഗുരുതരമാണെന്നും ഇനി സ്വാത്തിലേക്ക് മടങ്ങുന്നില്ലെന്നും അവൾ പറഞ്ഞു. ഘോരമായ സൈനിക നടപടിയാണ് അവിടെ നടക്കുന്നതെന്നും ഇന്നുമാത്രം 37 പേർ കൊല്ലപ്പെട്ടതായും അവൾ പറഞ്ഞു. ഞങ്ങൾ പെഷവാറിലെത്തി. യാത്രയുടെ ക്ഷീണമുണ്ടെങ്കിലും, സ്വാത്തിലെ കാര്യങ്ങളറിയാൻ ടിവി ഓൺ ചെയ്തു. സ്വാത്തിൽനിന്നും യാതൊന്നും കൈകളിൽ ഇല്ലാതെ പലായനം ചെയ്യുന്ന മനുഷ്യർ. ചാനൽ മാറ്റിയപ്പോൾ ഒരു സ്ത്രീ ഉച്ചത്തിൽ സംസാരിക്കുന്ന കാഴ്ച്ച. 'ബേനസീർ ഭൂട്ടോയുടെ വധത്തിന് ഞങ്ങൾ പ്രതികാരം ചെയ്യും' ഞാൻ അച്ഛനോട് ചോദിച്ചു, 'സ്വാത്തിൽ മരിച്ചവീണ നൂറുകണക്കിന് ആളുകൾക്കുവേണ്ടി ആര് പ്രതികാരം ചെയ്യും?'

ഫെബ്രുവരി 2, തിങ്കൾ

താലിബാന്റെ ആജ്ഞ അനുസരിച്ച് സ്കൂൾ അടച്ചു

സ്വാത്തിലെ സ്കൂളുകൾ അവധി കഴിഞ്ഞ് ഇന്ന് തുറക്കേണ്ടതാണ്. പക്ഷെ സ്കൂളുകളെല്ലാം അടഞ്ഞ് കിടക്കുകയാണെന്ന യാഥാർത്ഥ്യം എന്റെ ചിന്തകളെ തകിടം മറിച്ചു. പെൺകുട്ടികളുടെ പ്രൈവറ്റ് സ്കൂളുകൾ തുറക്കാത്തതിനാൽ ആൺകുട്ടികളുടെ പ്രൈവറ്റ് സ്കൂളുകളും എട്ടാം തീയതിവരെ തുറക്കേണ്ടതില്ലെന്നാണ് തീരുമാനമെന്ന് അച്ഛൻ പറഞ്ഞ് ഞാനറിഞ്ഞു. ആൺകുട്ടികളുടെ സ്കൂളുകൾക്കുപുറത്ത് ഒമ്പതാം തീയതി തുറക്കുമെന്ന് നോട്ടീസ് പതിച്ചിട്ടുണ്ടെന്നും പെൺകുട്ടികളുടെ സ്കൂളുകളിൽ നോട്ടീസ് പതിച്ചിട്ടില്ലെന്നും അച്ഛൻ പറഞ്ഞു. ഇതിനർത്ഥം ഇനി പെൺകുട്ടികൾക്കുള്ള സ്കൂളുകൾ തുറക്കില്ലെന്നാണെന്ന് ഞാൻ ഊഹിച്ചു.

ഫെബ്രുവരി 7, ശനി

ഭയാനകമായ നിശ്ശബ്ദത

വൈകിട്ട് ഞാനും എന്റെ സഹോദരനും മിങ്കോറയിലേക്ക് പുറപ്പെട്ടു. അമ്മ നേരത്തെ മിങ്കോറയിലേക്ക് പോയിരുന്നു. എനിക്ക് സന്തോഷം ഉണ്ടായിരുന്നു, ഭയവും. 20 ദിവസങ്ങൾക്കുശേഷമാണ് അവിടേയ്ക്ക് മടങ്ങുന്നത്. മിങ്കോറയിലേക്ക് പ്രവേശിക്കുന്നതിനുമുൻപ് ഖമ്പറിൽ എത്തിയപ്പോൾ ഭയാനകമായ നിശ്ശബ്ദത അനുഭവപ്പെട്ടു. എല്ലാ വരും മുടിയും താടിയുമൊക്കെ നീട്ടി വളർത്തിയിരിക്കുന്നു. അവരൊക്കെ താലിബാനാണെന്ന് എനിക്കുതോന്നി. പലയിടത്തും ഷെല്ലിംങ്ങിൽ തകർന്ന വീടുകൾ. മിങ്കോറയിലെ തെരുവുകൾ വളരെ ഇടുങ്ങിയതാണ്. ഞങ്ങൾ എത്തുന്ന വിവരം അമ്മ അറിഞ്ഞിട്ടില്ല. ഒന്നു അതിശയിപ്പിക്കണം. അമ്മയ്ക്കൊരു സമ്മാനം വാങ്ങാൻ ഞങ്ങൾ സൂപ്പർമാർക്കറ്റിലേക്കുപോയി. പക്ഷെ തുറന്നിരുന്നില്ല. പല കടകളും അടഞ്ഞു കിടക്കുകയാണ്. വീട്ടിലെത്തിയപ്പോൾ ഞങ്ങളെ കണ്ട് അമ്മ ശരിക്കും അതിശയിച്ചു.

ഫെബ്രുവരി 8, ഞായർ

സ്കൂളിന്റെ സ്മരണയിൽ

എന്റെ സ്കൂൾ ബാഗും യൂണിഫോമും ജോമെട്രി ബോക്സുമൊക്കെ കണ്ടപ്പോൾ വല്ലാത്ത വേദന തോന്നി. ആൺകുട്ടികളുടെ സ്കൂൾ നാളെ തുറക്കുകയാണ്. എന്നാൽ പെൺകുട്ടികളുടെ സ്കൂളുകൾക്ക് ഏർപ്പെടുത്തിയിരിക്കുന്ന വിലക്ക് താലിബാൻ ഇതുവരെ നീക്കിയിട്ടില്ല. സ്കൂളിലെ കാര്യങ്ങൾ എന്റെ ഓർമ്മയിലെത്തി. പ്രത്യേകിച്ച് കൂട്ടുകാരി കളുമായി വഴക്കിടുന്നത്. എന്റെ അനുജന് നാളെ സ്കൂൾ തുറക്കുകയാണ്. പക്ഷെ അവൻ ഹോംവർക്ക് ഒന്നും ചെയ്തിട്ടില്ല. അവന് സ്കൂളിൽ പോകാൻ യാതൊരു താൽപര്യവുമില്ല. നാളെ കർഫ്യൂ ആയിരിക്കുമെന്ന് അമ്മ പറഞ്ഞപ്പോൾ, കർഫ്യൂ എർപ്പെടുത്തിയിരുന്നെങ്കിൽ എന്ന് അനുജൻ പറഞ്ഞു. ഇത് അമ്മയും അംഗീകരിച്ചപ്പോൾ അവൻ തുള്ളിച്ചാടി.

ഫെബ്രുവരി 9, തിങ്കൾ

അനിശ്ചിതാവസ്ഥ

സ്വാത്തിലെ ആൺകുട്ടികളുടെ സ്കൂളുകൾ തുറന്നു. പെൺകുട്ടികളുടെ പ്രൈമറി വിദ്യാഭ്യാസത്തിനുള്ള വിലക്ക് താലിബാൻ നീക്കി. 49 കുട്ടികൾ ഉള്ളതിൽ ആറുപേർ മാത്രമാണ് സ്കൂളിൽ എത്തിയതെന്ന് എന്റെ ഇളയ അനുജൻ പറഞ്ഞു. 700 കുട്ടികൾ ഉള്ള എന്റെ സ്കൂളിൽ എത്തിയത് 70 പേർ മാത്രം. ഞങ്ങളുടെ വസ്ത്രങ്ങളൊക്കെ കഴുകാൻ ആഴ്ചയിൽ ഒരു ദിവസം മാത്രം വരാറുള്ള സ്ത്രീ ഇന്നു വന്നു. അറ്റോക് ജില്ലയിലാണ് അവരുടെ വീട്. എന്നാൽ കുറച്ചു വർഷങ്ങളായി അവർ ഈ പ്രദേശത്താണ് താമസിക്കുന്നത്. സ്വാത്തിലെ അവസ്ഥ വളരെ മോശമാവുകയാണെന്നും അതിനാൽ അറ്റോക്കിലേക്ക് മടങ്ങാൻ ഭർത്താവ് പറഞ്ഞതായും അവർ പറഞ്ഞു.

'ജന്മനാട്ടിൽ സ്വാതന്ത്ര്യവും സമാധാനവും ഉണ്ടെങ്കിൽ ആരും പലായനം ചെയ്യില്ല.'

ഫെബ്രുവരി 11, ബുധൻ

സ്ഫോടന ഭീഷണി

വിരസമായ ദിനം. ഇപ്പോൾ വീട്ടിൽ ടിവി ഇല്ല. കഴിഞ്ഞ 20 ദിവസം ഞങ്ങൾ ഇവിടെ ഇല്ലാതിരുന്ന സമയത്ത് കവർച്ച നടന്നു. മുൻപ് ഇത്തരം സംഭവങ്ങൾ ഇവിടെ കുറവായിരുന്നു. ഇപ്പോൾ സാഹചര്യം വളരെ മോശമാണ്. ഭാഗ്യം, പണവും സ്വർണ്ണവുമൊന്നും വീട്ടിൽ ഉണ്ടായിരുന്നില്ല. എന്റെ വളയും പാദസരവും കാണാതായിരുന്നു, പിന്നീട് കിട്ടി. മോഷ്ടാക്കൾ സ്വർണ്ണമല്ലെന്ന് മനസ്സിലാക്കിയപ്പോൾ ഉപേക്ഷിച്ചതാകാം.

മിങ്കോറയിലെ പോലീസ് സ്റ്റേഷനുനേരെ പ്രഷർ കുക്കർ ബോംബ് ഉപയോഗിച്ച് ആക്രമണം നടത്തിയതിനെക്കുറിച്ച് മൗലാന ഫസലുള്ള ഇന്ന് റേഡിയോയിലൂടെ പറഞ്ഞു. ഇനിയും സ്ഫോടനങ്ങൾ നടത്തുമെന്നും പറയുന്നുണ്ടായിരുന്നു. രാത്രി എന്റെ അച്ഛൻ സ്വാത്തിലെ ഇപ്പോഴത്തെ അവസ്ഥയെക്കുറിച്ച് എന്നോടു പറഞ്ഞു.

'സൈന്യം, താലിബാൻ, റോക്കറ്റ്, വെടിവയ്പ്, മൗലാന ഫസലുള്ള, മുസ്‌ലീംഖാൻ, പോലീസ്, ഹെലികോപ്റ്റർ, മരണം, പരിക്ക്' ഇത്തരം വാക്കുകളാണ് ഇപ്പോൾ ഏറ്റവുമധികം ഉപയോഗിക്കുന്നത്.

ഫെബ്രുവരി 12, വ്യാഴം

വൻ സ്ഫോടനങ്ങൾ

കഴിഞ്ഞ രാത്രി സ്ഫോടനങ്ങൾ നിറഞ്ഞതായിരുന്നു. എന്റെ അനുജന്മാർ നന്നായി ഉറങ്ങി. എനിക്ക് ഉറങ്ങാൻ കഴിഞ്ഞില്ല. രാവിലെ വൈകിയാണ് എഴുന്നേറ്റത്. വൈകിട്ട് ട്യൂഷനുണ്ടായിരുന്നു. മതകാര്യങ്ങൾ പഠിപ്പിക്കുന്ന ടീച്ചർ വന്നു. വൈകിട്ട് അനുജന്മാരോടൊപ്പം കളിച്ചും വഴക്കിട്ടും സമയം ചെലവഴിച്ചു. കമ്പ്യൂട്ടർ ഗെയിമിലും ഏറെ നേരം ചെലവഴിച്ചു. കേബിൾ ടിവിക്ക് താലിബാൻ നിരോധനം ഏർപ്പെടുത്തുന്നതിനു മുൻപ് എനിക്ക് പ്രിയപ്പെട്ട 'എന്റെ സ്വപ്ന പുരുഷൻ എന്നെ വിവാഹം ചെയ്യാൻ എത്തും' എന്ന നാടകം, സ്റ്റാർ പ്ലസ്സിൽ കാണുമായിരുന്നു.

ഇന്ന് വ്യാഴാഴ്ചയായതിനാൽ എന്റെ ഭയം വർദ്ധിച്ചു. വെള്ളിയാഴ്ച്ച രാവിലെയും വൈകുന്നേരങ്ങളിലുമാണ് ഏറ്റവും കൂടുതൽ ചാവേർ ആക്രമണങ്ങൾ നടക്കുന്നതെന്ന് ആളുകൾ പറയുന്നതോർത്താണ് ഞാൻ ഭയപ്പെട്ടത്.

ഫെബ്രുവരി 13, വെള്ളി

ഫസലുള്ള കരയുന്നു

ഇന്ന് നല്ല കാലാവസ്ഥയായിരുന്നു. ശക്തിയുള്ള മഴ പെയ്യുമ്പോൾ എന്റെ താഴ്വര കൂടുതൽ സുന്ദരമാകും. കഴിഞ്ഞ രാത്രി ഒരു റിക്ഷാ ഡ്രൈവറും, കാവൽക്കാരനും കൊല്ലപ്പെട്ട വാർത്ത അമ്മ പറയുന്നതു കേട്ടുകൊണ്ടാണ് രാവിലെ ഞാൻ ഉണർന്നത്. ഓരോ ദിവസം കഴിയുന്തോറും ജീവിതം കൂടുതൽ ദുസ്സഹമാകുന്നു. ദിനവും മറ്റു സ്ഥല ങ്ങളിൽ നിന്നും നൂറുകണക്കിനാളുകൾ മിങ്കോറയിൽ എത്തി കൊണ്ടിരിക്കുന്നു. ഈ നഗരത്തിലുള്ളവർ മറ്റു സ്ഥലങ്ങളിലേക്ക് പലായനം ചെയ്യുന്നു. സമ്പന്നർ സ്വത്ത് ഉപേക്ഷിച്ച് സുരക്ഷിത സ്ഥലങ്ങളിലേക്ക് കുടിയേറുന്നു, പക്ഷെ പാവങ്ങൾക്ക് ഇവിടെ തങ്ങുകയല്ലാതെ മറ്റു മാർഗ്ഗ ങ്ങളില്ല.

ഇന്നു നല്ല അന്തരീക്ഷമായതിനാൽ ഞങ്ങളെ നഗരത്തിൽ കൊണ്ടുപോകാമെന്ന് കസിൻ വിളിച്ച് പറഞ്ഞു. കസിൻ എത്തി ഞങ്ങളെ നഗരത്തിൽ കൊണ്ടുപോയി. പക്ഷെ കടകളൊക്കെ അടഞ്ഞു കിടക്കുന്നു. റോഡും വിജനമാണ്. മരുഭൂമിപോലെ തോന്നി. ഖമ്പർ പ്രദേശത്ത് പോകാൻ തുടങ്ങിയപ്പോൾ അവിടത്തെ സ്ഥിതി രൂക്ഷമാണെന്ന് ചിലർ പറഞ്ഞു. രാത്രിയിൽ റേഡിയോയിലൂടെ താലിബാൻ നേതാവ് മൗലാന ഫസലുള്ളയുടെ പ്രഭാഷണം ഉണ്ടായിരുന്നു. ദീർഘനേരം അയാൾ കരയുകയായിരുന്നു. സൈനിക നടപടി അവസാനിപ്പിക്കണമെന്നും, ജനങ്ങൾ വീടുകളിലേക്ക് മടങ്ങണമെന്നും അയാൾ പറയുന്നുണ്ടായിരുന്നു.

ഫെബ്രുവരി 15, ഞായർ

ഭയപ്പെടേണ്ട

ഇന്ന് നമ്മുടെ ഗ്രാമത്തിൽനിന്നും പെഷവാറിൽ നിന്നും ചില അതിഥികൾ വന്നു. അവർക്ക് ഉച്ചഭക്ഷണം നൽകി. പുറത്ത് വെടിയൊച്ചകൾ കേട്ടുതുടങ്ങിയിരുന്നു. ഞങ്ങൾക്കു ഭയമായി. താലിബാൻ എത്തിയിട്ടുണ്ടാകും. ഞാൻ എന്റെ അച്ഛന്റെ അടുത്തുകൂടി. 'ഭയപ്പെടേണ്ട... ഇത് സമാധാനത്തിനായുള്ള വെടിയൊച്ചകളാണ്' അച്ഛനെന്നോടു പറഞ്ഞു. സർക്കാരും താലിബാനും നാളെ സമാധാനക്കരാറിൽ ഏർപ്പെടാൻ പോകുന്നുവെന്ന് പത്രവാർത്ത ഉണ്ടായിരുന്നതായി അച്ഛൻ പറഞ്ഞു. രാത്രി സമാധാനക്കരാറിനെക്കുറിച്ച് റേഡിയോയിലൂടെ താലിബാന്റെ അറിയിപ്പുണ്ടായി. ഇതിനുശേഷം വെടിയൊച്ചയുടെ ശക്തി വർദ്ധിച്ചു. സർക്കാർ പറയുന്നതിനേക്കാൾ ഇപ്പോൾ ജനങ്ങൾ വിശ്വസിക്കുന്നത് താലിബാൻ പറയുന്നതാണ്. താലിബാന്റെ അറിയിപ്പ്കേട്ടശേഷം എന്റെ അമ്മയും അച്ഛനും കരയാൻ തുടങ്ങി. എന്റെ അനുജന്മാരുടെയും കണ്ണുകൾ നിറഞ്ഞു.

ഫെബ്രുവരി 16, തിങ്കൾ

വീണ്ടും തുറക്കുന്നു

ഇന്ന് ഞാൻ ഏറെ സന്തോഷത്തിലായിരുന്നു. സർക്കാരും തീവ്രവാദികളും സമാധാനക്കരാറിൽ ഒപ്പുവക്കുന്നത് ഇന്നാണ്. ഇന്ന് ഹെലികോപ്റ്ററുകൾ താഴ്ന്ന് പറക്കുന്നുണ്ടായിരുന്നു. സമാധാനം തിരിച്ച് വരുന്നതിന്റെ സൂചനയാണിതെന്ന് എന്റെ കസിൻ എന്നോട് പറഞ്ഞു. വൈകിട്ട് ജനങ്ങൾ മധുരം വിതരണം ചെയ്തു. സന്തോഷം പങ്കുവക്കാൻ എന്റെ കൂട്ടുകാരി എന്നെ വിളിച്ചു. കഴിഞ്ഞ കുറച്ചു മാസങ്ങളായി വീട്ടിനുള്ളിൽ കഴിഞ്ഞ അവൾക്ക് പുറത്തിറങ്ങാമല്ലോ എന്ന സന്തോഷ മായിരുന്നു. പെൺകുട്ടികളുടെ സ്കൂളുകളും ഇനി തുറക്കുമെന്ന പ്രതീക്ഷ ഞങ്ങൾക്ക് ആഹ്ലാദം നൽകി.

ഫെബ്രുവരി 17, ചൊവ്വ

തിക്കും തിരക്കും

സ്കൂൾ തുറക്കുമെന്ന പ്രതീക്ഷയിൽ ഞാൻ പരീക്ഷക്കായി തയ്യാറാകാൻ തുടങ്ങി. എന്റെ മുറിയിൽ അനുജന്മാർ കളിയിലാണ്. ഒരാൾ ഹെലികോപ്റ്ററും, മറ്റൊരാൾ പേപ്പർ കൊണ്ടുണ്ടാക്കിയ തോക്കും ഉപയോഗിച്ചാണ് കളിക്കുന്നത്. ഒരാൾ 'ഫയർ' എന്ന് ആക്രോശിക്കുന്നു. മറ്റൊരാൾ 'ടേക്ക് പൊസിഷൻ' എന്ന് പറയുന്നു. അനുജന്മാരിൽ ഒരാൾ ബോംബുണ്ടാക്കുന്നതിനെക്കുറിച്ചും അച്ഛനോട് ചോദിക്കുന്നുണ്ടായിരുന്നു.

മൗലാനാ സൂഫി മുഹമ്മദ് ഇന്ന് സ്വാത്തിൽ വന്നു. നിരവധി മാധ്യമ പ്രവർത്തകരും എത്തി. നഗരത്തിൽ ഇന്ന് നല്ല തിരക്കായിരുന്നു. തിക്കും തിരക്കും വീണ്ടും തുടങ്ങിയിരിക്കുന്നു. സമാധാനക്കരാർ വിജയിക്കാൻ ദൈവം സഹായിക്കട്ടെ. എനിക്ക് ശുഭാപ്തിവിശ്വാസം തോന്നി.

ഫെബ്രുവരി 18, ബുധൻ

തകരുന്ന പ്രതീക്ഷകൾ

ഇന്ന് ഞാൻ മാർക്കറ്റിൽ പോയി. നല്ല തിരക്കായിരുന്നു. സമാധാനക്കരാറിൽ ജനങ്ങൾ സന്തുഷ്ടരാണ്. ഏറെ നാളുകൾക്കുശേഷം നഗരത്തിൽ ട്രാഫിക്ജാം കണ്ടു. വൈകിട്ട് അച്ഛനെത്തിയപ്പോൾ സ്വാത്തിലെ മാധ്യമപ്രവർത്തകനായ മൂസാഖാൻ ഖേൽ കൊല്ലപ്പെട്ടതിനെക്കുറിച്ച് പറഞ്ഞു. അമ്മയ്ക്ക് നല്ല സുഖമില്ല. നമ്മുടെ സമാധാനവും പ്രതീക്ഷകളും തകരുകയാണോ?

ഫെബ്രുവരി 19, വ്യാഴം

യുദ്ധമല്ല, ഇനി സമാധാനം

അമ്മയ്ക്ക് അസുഖമായതിനാൽ അച്ഛനാണ് ഇന്ന് രാവിലെ ഭക്ഷണം ഉണ്ടാക്കിയത്. മാധ്യമ പ്രവർത്തകന്റെ മരണത്തെക്കുറിച്ച് എന്തിനാണ് എന്നോട് പറഞ്ഞതെന്ന് ചോദിച്ച് അമ്മ അച്ഛനോട് പരാതി പറഞ്ഞു. ഞാൻ എന്റെ അനുജന്മാരോട് പറഞ്ഞു, 'ഇനി ഇവിടെ യുദ്ധത്തെക്കുറിച്ച് സംസാരിക്കില്ല. സമാധാനത്തെക്കുറിച്ചേ പറയൂ'.

ഇന്ന് സ്കൂളിൽ നിന്നുള്ള അറിയിപ്പ് കിട്ടി. മാർച്ച് ആദ്യവാരം പരീക്ഷ തുടങ്ങും. ഞാൻ വീണ്ടും പഠിക്കാൻ തുടങ്ങി.

ഫെബ്രുവരി 21, ശനി

പെൺപള്ളിക്കൂടങ്ങൾക്കുള്ള വിലക്ക് നീങ്ങുന്നു

സ്വാത്തിൽ ക്രമേണ സമാധാനം തിരിച്ചു വരാൻ തുടങ്ങി. വെടി വയ്പ്പും പീരങ്കിയിൽ നിന്നുള്ള വെടിയൊച്ചകളും കുറഞ്ഞു. എന്നാൽ സമാധാന കരാർ ലംഘിക്കപ്പെടുമോ എന്ന് ജനങ്ങൾക്ക് ഭയമുണ്ടായിരുന്നു. ചില താലിബാൻ നേതാക്കൾ സമാധാനക്കരാർ അംഗീകരിക്കുന്നില്ലെന്നും അവസാനശ്വാസംവരെ പോരാടുമെന്ന് അവർ പ്രഖ്യാപിച്ചതായും ചില അഭ്യൂഹങ്ങൾ പ്രചരിക്കുന്നുണ്ടായിരുന്നു. ഇത്തരം അഭ്യൂഹങ്ങൾ എന്റെ ഹൃദയമിടിപ്പ് വർദ്ധിപ്പിച്ചു. ജാമിയ ഹഫ്സ, റെഡ് മോസ്ക് സംഭവങ്ങൾക്ക് പകരം വീട്ടുമെന്നാണ് അവർ പറയുന്നത്. എന്നാൽ ഈ സംഭവങ്ങൾക്കൊന്നും ഞങ്ങൾ ഉത്തരവാദികളല്ല, പിന്നെ എന്തിനാണ് അവർ ജനങ്ങൾക്കുനേരെ പ്രതികാരം ചെയ്യുന്നത്?

കുറച്ച് സമയങ്ങൾക്കുശേഷം, പെൺകുട്ടികളുടെ വിദ്യാലയങ്ങൾക്കേർപ്പെടുത്തിയിരുന്ന വിലക്ക് നീക്കിയതായി റേഡിയോയിലൂടെ മൗലാന ഫസലുള്ളയുടെ അറിയിപ്പ് വന്നു. പരീക്ഷ അവസാനിക്കുന്ന മാർച്ച് 17 വരെ പെൺകുട്ടികൾക്ക് സ്കൂളുകളിൽ പോകാമെന്നായിരുന്നു അറിയിപ്പ്. എന്നാൽ ബുർഖ ധരിച്ചുകൊണ്ടാകണം സ്കൂളിലേക്ക് പോകേണ്ടത്. എനിക്ക് അതിയായ സന്തോഷം തോന്നി. ഒരിക്കലും ഇത് സംഭവിക്കില്ലെന്നായിരുന്നു എന്റെ വിചാരം.

ഫെബ്രുവരി 22, ഞായർ

ചീന മാർക്കറ്റ്

ഇന്ന് ഞങ്ങൾ മിങ്കോറയിലെ ചീന മാർക്കറ്റിലെ സ്ത്രീകൾക്കായുള്ള സാധനങ്ങൾ വിൽക്കുന്ന സ്ഥലത്തുപോയി. സ്ത്രീകൾ മാർക്കറ്റിൽ പോകുന്നതിന് താലിബാന്റെ വിലക്കുണ്ടായിരുന്നതിനാൽ ഭയത്തോടെ യായിരുന്നു ഞങ്ങളുടെ യാത്ര. മാർക്കറ്റിലെത്തിയപ്പോൾ ഞാൻ നടുങ്ങി. അവിടെ വളരെ കുറച്ച് സ്ത്രീകൾ മാത്രമേ ഉണ്ടായിരുന്നുള്ളു. മുൻപ് വലിയ തിരക്ക് അനുഭവപ്പെടുന്ന സ്ഥലമായിരുന്നു. തിക്കിതിരക്കി മാത്രമേ അവിടെ നടക്കാൻ കഴിയുമായിരുന്നുള്ളു.

ഫെബ്രുവരി 23, തിങ്കൾ

കൂട്ടുകാരികളുടെ കൊഴിഞ്ഞുപോക്ക്

ഇന്ന് സ്കൂളിൽ പോകാമെന്നതിനാൽ വളരെ സന്തോഷത്തോടെയാണ് ഞാൻ എഴുന്നേറ്റത്. ചില കുട്ടികൾ ഇന്ന് യൂണിഫോം ധരിച്ചാണ് സ്കൂളിൽ എത്തിയത്. മറ്റ് ചിലർ സാധാരണ ഡ്രസ്സും ധരിച്ചിരുന്നു. അസംബ്ലിയിൽ പെൺകുട്ടികളെല്ലാം അതീവ സന്തോഷത്തിലായിരുന്നു. അവർ പരസ്പരം ആശ്ലേഷിച്ചു. എല്ലാവരും മുഖം നന്നായി മറയ്ക്കണമെന്നും ബുർഖ ധരിക്കണമെന്നും അസംബ്ലിക്കുശേഷം ഹെഡ്മിസ്ട്രസ് പറഞ്ഞു. താലിബാൻ ഇത്തരമൊരു നിബന്ധന വച്ചിട്ടുണ്ടെന്നും ഹെഡ്മിസ്ട്രസ് ഓർമ്മിപ്പിച്ചു. ഇന്ന് 12 കുട്ടികൾ മാത്രമെ എത്തിയുള്ളൂ. ചിലർ സ്വാത്ത് വിട്ട് മറ്റുസ്ഥലങ്ങളിലേക്കുപോയിരുന്നു. മറ്റു ചിലരെ രക്ഷിതാക്കൾ പേടിച്ച് സ്കൂളിലേക്ക് അയച്ചില്ല. എന്റെ നാല് കൂട്ടുകാർ ഇതിനകം സ്വാത്ത് വിട്ടിരുന്നു. മറ്റൊരു കൂട്ടുകാരി റാവൽപ്പിണ്ടിയിലേക്കു പോകാൻ തീരുമാനിച്ച കാര്യം ഇന്നെന്നോടു പറഞ്ഞു. അവളുടെ തീരുമാനം എന്നെ വേദനിപ്പിച്ചു. സമാധാനാന്തരീക്ഷം ക്രമേണ തിരിച്ചു വരുമെന്നും അതിനാൽ പോകരുതെന്നും ഞാൻ പറഞ്ഞു. എന്നാൽ ഇക്കാര്യത്തിൽ യാതൊരുറപ്പുമില്ലെന്നും ഇപ്പോഴും അസ്ഥിരതയുണ്ടെന്നും അവൾ എന്നോട് പറഞ്ഞു.

എനിക്കു വേദനതോന്നി. എന്റെ നാല് കൂട്ടുകാരികൾ സ്കൂൾ വിട്ടുപോയി. ഒരു കൂട്ടുകാരികൂടി പോകാൻ തീരുമാനിച്ചിരിക്കുന്നു.

ഫെബ്രുവരി 25, ബുധൻ

മൗലാന ഫസ്‌ലുള്ളയ്ക്ക് സന്തോഷമാകട്ടെ

അമ്മയ്ക്ക് ഇന്ന് നല്ല സുഖമില്ലായിരുന്നു. അച്ഛൻ ഒരു മീറ്റിങ്ങിന് നേരത്തെ പോയി. അതിനാൽ രാവിലെ ഭക്ഷണം തയ്യാറാക്കിയ ശേഷമാണ് ഞാൻ സ്കൂളിൽ പോയത്. ഇന്ന് അധിക സമയവും കളിയായിരുന്നു. പഴയതുപോലെ ഞങ്ങൾക്ക് സന്തോഷം തോന്നി. ഇപ്പോൾ ഹെലി കോപ്റ്ററുകൾ പ്രത്യക്ഷപ്പെടാറില്ല. താലിബാനെയും സൈന്യത്തെയും കുറിച്ച് ഞങ്ങൾ സംസാരിക്കാതെയായി. ഇന്ന് ഞാനും അമ്മയും എന്റെ കസിനും കൂടി മാർക്കറ്റിൽ പോയി. ബുർഖ ധരിക്കാൻ ഒരു കാലത്ത് എനിക്ക് ആഗ്രഹമുണ്ടായിരുന്നു. പക്ഷെ ഇപ്പോൾ എനിക്കിഷ്ടമില്ല. ബുർഖ ധരിച്ചുകൊണ്ട് നടക്കാൻ ബുദ്ധിമുട്ടാണ്.

ഒരിക്കൽ സ്വാത്തിൽ ഒരു കഥ പ്രചരിച്ചു. ഒരു ദിവസം പരമ്പരാഗത ബുർഖ ധരിച്ച ഒരു സ്ത്രീ വീണപ്പോൾ ഒരു യുവാവ് സഹായിക്കാൻ ശ്രമിച്ചു. അപ്പോൾ 'എന്നെ സഹായിക്കണ്ട സഹോദരാ, മൗലാനാ ഫസലുള്ളയ്ക്ക് (താലിബാൻ നേതാവ്) സന്തോഷമാവട്ടെ' എന്ന് അവർ പറഞ്ഞുവത്രെ.

ഞങ്ങൾ സ്ഥിരം പോകാറുള്ള കടയിലേക്ക് കയറിയപ്പോൾ കടക്കാരൻ ചിരിച്ചുകൊണ്ട് പറഞ്ഞു, 'ചാവേറുകളാണ് വരുന്നതെന്ന് കരുതി ഞാൻ ഭയന്നുപോയി' എന്ന്.

ഫെബ്രുവരി 27, വെള്ളി

രണ്ട് കൂട്ടുകാർ മടങ്ങിയെത്തി

സൈനിക നടപടിയുടെ കാലത്ത് റാവൽപ്പിണ്ടിയിലേക്ക് പോയ രണ്ടു കൂട്ടുകാർ ഇന്ന് സ്കൂളിൽ മടങ്ങിയെത്തിയത് കണ്ടപ്പോൾ എനിക്ക് അതിയായ സന്തോഷം തോന്നി. റാവൽപ്പിണ്ടിയിൽ സമാധാനവും ഉയർന്ന ജീവിത സാഹചര്യങ്ങളുമുണ്ടെന്നും എന്നാൽ സ്വാത്തിൽ സമാധാനം തിരിച്ചുവരുന്നതിനായി ആംകാക്ഷയോടെ കാത്തിരിക്കുകയായിരുന്നുവെന്നും അവർ പറഞ്ഞു.

മാർച്ച് 1, തിങ്കൾ

പകൽ തൊഴിലാളി, രാത്രി താലിബാൻ

ഓരോ ദിവസം കഴിയുന്തോറും ക്ലാസിൽ കുട്ടികളുടെ എണ്ണം കൂടി വന്നു. 27 ൽ 19 പേരും ഇന്ന് സ്കൂളിലെത്തി. മാർച്ച് ഒമ്പത് മുതലാണ് പരീക്ഷ. അതിനാൽ പഠിക്കാനായി കുടുതൽ സമയം ചെലവഴിച്ചു. ഇന്ന് ചീന മാർക്കറ്റിൽ പോയി. ഒരു കടയിൽ ക്ലിയറൻസ് സെയിൽ ഉണ്ടായിരുന്നതിനാൽ ധാരാളം സാധനങ്ങൾ വാങ്ങി. ചീന മാർക്കറ്റിലെ മിക്ക കടകളും അടഞ്ഞ് കിടക്കുന്നു.

വെടിയൊച്ചകൾ ഇല്ലാത്തതിനാൽ ഇപ്പോൾ ഞങ്ങൾ നന്നായി ഉറങ്ങുന്നുണ്ട്. ഇതിനർത്ഥം താലിബാൻ ഇവിടെനിന്നും മറ്റ് എവിടേക്കെങ്കിലും അവരുടെ പ്രവർത്തന മേഖല മാറ്റി എന്നാണ്. ദുരിതാശ്വാസ ക്യാമ്പുകളിൽ കഴിയുന്നവർക്ക് എത്തിക്കുന്ന സാധനങ്ങൾ താലിബാൻ മോഷ്ടിക്കുന്നുണ്ട്. എന്റെ കൂട്ടുകാരി ഇന്നെന്നോട് പറഞ്ഞു, അവളുടെ സഹോദരനു പരിചയമുള്ള ഒരാൾ രാത്രിയിൽ താലിബാനോടൊപ്പം വാഹനങ്ങൾ തിരയുന്നത് കണ്ടുവെന്ന്. പകൽ തൊഴിലാളിയായി ജോലി ചെയ്യുന്ന അയാൾ രാത്രി താലിബാനു വേണ്ടി പ്രവർത്തിക്കുകയാണെന്നും അവളുടെ സഹോദരൻ പറഞ്ഞത്രെ. താലിബാനല്ലാത്ത നീ എന്തിനുവേണ്ടി അവരുടെ കൂടെ പ്രവർത്തിക്കുന്നു എന്ന് ചോദിച്ചപ്പോൾ, പകൽ ജോലി ചെയ്ത് വരുമാനമുണ്ടാക്കും എന്നിട്ട് രാത്രിയിൽ താലിബാനൊപ്പം പ്രവർത്തിക്കും എന്നായിരുന്നു അയാളുടെ മറുപടി.

മാർച്ച് 3, ചൊവ്വ

അമേരിക്കയേയോ ചൈനയേയോ കൊണ്ടുവരണെ...

എന്റെ ഇളയ അനുജനു സ്കൂളിൽ പോകാൻ ഒട്ടും താല്പര്യമില്ല. സ്കൂളിൽ പോകുമ്പോൾ ഉറക്കെ കരയുകയും തിരികെ വരുമ്പോൾ ആർത്തുല്ലസിക്കുകയും ചെയ്യും. പക്ഷെ ഇന്നവൻ കരഞ്ഞു കൊണ്ടാണ് സ്കൂളിൽ നിന്നും മടങ്ങിയെത്തിയത്. വഴിയരുകിൽ ആരെയോ കണ്ട് പേടിച്ചതാണ്. അപരിചിതരായ ചിലരെ കണ്ടപ്പോൾ അവർ തന്നെ തട്ടികൊണ്ടുപോകുമെന്ന് ഭയന്നാണ് കരഞ്ഞതെന്നും അവൻ പറഞ്ഞു. ഇത് പറഞ്ഞശേഷം അവൻ ഇങ്ങനെ പ്രാർത്ഥിക്കുന്നുണ്ടായിരുന്നു. 'എന്റെ ദൈവമേ! സ്വാത്തിൽ സമാധാനം കൊണ്ടുവരണേ. അതിന് കഴിഞ്ഞില്ലെങ്കിൽ അമേരിക്കയേയോ ചൈനയേയോ ഇവിടേക്കു കൊണ്ടുവരണേ'.

സൈന്യവും, താലിബാനും തമ്മിൽ വീണ്ടും ചില പ്രശ്നങ്ങൾ ഉണ്ടാകാൻ തുടങ്ങി. കഴിഞ്ഞ ദിവസങ്ങളിൽ അത്തരം ചില സംഭവങ്ങൾ ഉണ്ടായി. ഇന്നു ഞാൻ സ്ഫോടനശബ്ദങ്ങൾ കേട്ടു. ജനങ്ങൾ വീണ്ടും ഭയപ്പെട്ടു. സമാധാനാന്തരീക്ഷം അധികകാലം നീണ്ടുനിൽക്കില്ലെന്ന് അവർ ആശങ്കപ്പെട്ടു. സമാധാനക്കരാർ ശാശ്വതമല്ലെന്നും ഇത് ഏറ്റുമുട്ടലിന്റെ ഇടവേള മാത്രമാണെന്നും ചിലർ പറഞ്ഞു.

മാർച്ച് 4, ബുധൻ

എഫ്. എം. റേഡിയോ

എഫ്. എം. റേഡിയോ ആരൊക്കെ കേൾക്കുമെന്നു ഇന്ന് ടീച്ചർ ഞങ്ങളോട് ചോദിച്ചു. കേൾക്കാറുണ്ട് പക്ഷെ എപ്പോഴുമില്ലെന്നാണ് മിക്ക കുട്ടികളും പറഞ്ഞത്. കുറച്ചുപേർ മാത്രം സ്ഥിരമായി കേൾക്കാറുണ്ടെന്നു പറഞ്ഞു. റേഡിയോ പ്രക്ഷേപണം എപ്പോൾ നിലക്കുന്നുവോ അപ്പോൾ മാത്രമെ സ്വാത്തിൽ സമാധാനം തിരിച്ച് വരൂ എന്നായിരുന്നു മിക്ക കുട്ടികളുടെയും വീക്ഷണം. ഏറ്റുമുട്ടലുകളുടെയും കൊലപാതകങ്ങളുടെയും വിവരങ്ങൾ എഫ് എം റേഡിയോ വഴിയാണ് അവർ അറിയിക്കുന്നത്.

സ്കൂളിൽ ഇന്ന് വിശ്രമസമയത്ത് ഒരു ഹെലികോപ്റ്റർ താഴ്ന്നു പറക്കുന്നതു കണ്ടു. സ്കൂളിനു അടുത്തെത്തിയപ്പോൾ പെൺകുട്ടികൾ സൈനികരെ ഉറക്കെ വിളിച്ചു. അവർ തിരിച്ചും പ്രതികരിച്ചു.

ഉത്തരമില്ലാത്ത ചോദ്യങ്ങൾ

അനിതരസാധാരണമായ ഉൾക്കാഴ്ച്ചയും ബുദ്ധിവൈഭവവും സാമർത്ഥ്യവുമുള്ള പെൺകരുത്തിനെയാണ് ഈ ഡയറിക്കുറിപ്പുകളിൽ ദർശിക്കാൻ കഴിയുക. ഒരു പതിനൊന്ന് വയസുകാരിയുടെ ചിന്തകളിൽ ഉയരുന്ന ചോദ്യങ്ങളല്ല ഡയറിയിലുടനീളം കാണുന്നത്. തീക്ഷ്ണമായ അനുഭവങ്ങളിലൂടെ ആർജ്ജിച്ചെടുത്ത മന:ശക്തിയും നിശ്ചയദാർഢ്യവും ആ വാക്കുകളിൽ കാണാം. ഒരു രാജ്യത്തെയാകെ ഭീതിയുടെയും അരക്ഷിതാവസ്ഥയുടെയും സാഹചര്യങ്ങളിലേക്കു തള്ളിവിടുന്ന ഭീകരവാദത്തിനെതിരെ മാത്രമല്ല, ഭരണകൂടത്തിന്റെ നിസ്സംഗ മനോഭാവത്തിനെതിരെയും മലാല ചോദ്യങ്ങൾ ഉയർത്തുന്നു. അതോടൊപ്പം ചുറ്റുപാടും വർദ്ധിച്ചുവരുന്ന അസ്വസ്ഥതകൾ ആ കുരുന്നു മനസ്സിനെ വല്ലാതെ പേടിപ്പെടുത്തുന്നു. ഭയത്തിന്റെയും, അസ്വാതന്ത്ര്യത്തിന്റെയും ഇരുണ്ട ഇടനാഴികളിൽ നിന്നും പ്രതീക്ഷയുടെയും സ്വാതന്ത്ര്യത്തിന്റെയും വെള്ളിവെളിച്ചത്തിലേക്ക് സഞ്ചരിക്കാൻ ആഗ്രഹിക്കുന്നു. അതിനുവേണ്ടി എഴുതി, ഉറക്കെ സംസാരിച്ചു, പ്രവർത്തിച്ചു.

ഹെലികോപ്റ്ററുകൾ ഇരമ്പുന്ന വെടിയൊച്ചകൾ നിറയുന്ന രാത്രികളിൽ അവൾക്കു ഉറങ്ങാൻ സാധിക്കാത്തതിനുകാരണം അസ്വസ്ഥതയും ഭീതിയും മാത്രമായിരുന്നില്ല. പിറന്നുവീണ നാട് ഓരോ ദിവസം കഴിയുന്തോറും അന്ധകാരത്തിലേക്കു വലിച്ചെറിയപ്പെടുന്നു എന്ന തിരിച്ചറിവും ഇതിന് കാരണമായിരിക്കാം. ചിത്രശലഭങ്ങളെ പോലെ പാറിപ്പറന്ന് ജീവിതം ആസ്വദിക്കേണ്ട പ്രായത്തിൽ ഓരോ പെൺകുട്ടിയും അനുഭവിക്കുന്ന യാതന മലാലയുടെ ഡയറിക്കുറിപ്പുകളിൽനിന്നു വായിച്ചെടുക്കാം. ഭയത്തോടെ മാത്രം സ്കൂളിലേക്കു പോവുകയും വീടുകളുടെ ചുറ്റുമതിലിനുള്ളിൽ തളച്ചിടപ്പെടുകയും ചെയ്യുന്ന ബാല്യങ്ങൾ.

'താലിബാൻ നമ്മുടെ സ്കൂൾ ആക്രമിക്കാൻ പോവുകയാണോ?' എന്ന് ഒരു കൂട്ടുകാരി ക്ലാസ്മുറിയിൽ വച്ചു മലാലയോട് ചോദിക്കുന്നുണ്ട്. താലിബാൻ നോതാവ് മൗലാന ഷാദൗരൻ കൊല്ലപ്പെട്ടു എന്ന വാർത്ത യെക്കുറിച്ചും നിശാനിയമത്തെക്കുറിച്ചുമൊക്കെ അവർ ചർച്ചചെയ്യുന്നു. പഠനവിഷയങ്ങളും കളികളുമൊക്കെ നിറയേണ്ട ക്ലാസ് മുറികളിലാണ് ഇത്തരം ആശങ്കകൾ അവർ പങ്കുവയ്ക്കുന്നത് എന്നോർക്കണം. നിറമുള്ള വസ്ത്രങ്ങൾ ധരിക്കാനും സ്വതന്ത്രമായി യാത്രചെയ്യാനും കഴിയാത്ത ബാല്യകൗമാരങ്ങൾ. ഈ അസ്വാതന്ത്ര്യത്തിൽ നിന്നാണ് മലാലമാർ ജനിക്കുന്നത്.

സ്ഫോടനങ്ങളുടെയും കൊലപാതകങ്ങളുടെയും വാർത്തകളാണ് മിക്ക പ്രഭാതങ്ങളിലും കേൾക്കുന്നത്. 'പാകിസ്ഥാനിൽ എന്താണിങ്ങനെ സ്ഫോടനങ്ങൾ നടക്കുന്നത്?' എന്ന മലാലയുടെ ചോദ്യത്തിന് ആര് ഉത്തരം നൽകും? സ്ഫോടനങ്ങളിലൂടെയും നിരപരാധികളെ കൊന്നൊ ടുക്കുന്നതിലൂടെയും അവർ നേടുന്നതെന്താണ്? വിശുദ്ധയുദ്ധത്തിന്റെ പേരിൽ അവർ കൊന്നൊടുക്കുന്നത് സ്വന്തം സഹോദരങ്ങളെത്തന്നെയല്ലേ?

പെൺപള്ളിക്കൂടങ്ങൾ സംരക്ഷിക്കുമെന്ന് പ്രധാനമന്ത്രി പ്രഖ്യാപിച്ച തായി അച്ഛനിൽനിന്നറിയുമ്പോഴും ഇതൊന്നും ശാശ്വതമല്ലെന്ന് ആ കുഞ്ഞു മനസ്സ് ചിന്തിക്കുന്നു. 'കൊലപാതകങ്ങളും തട്ടികൊണ്ടു പോകലുകളും വർദ്ധിച്ചിട്ടും പോലീസ് ഇടപെടുന്നില്ല.' 'ജനങ്ങൾക്ക് സംരക്ഷണം കൊടു ക്കാൻ ബാധ്യസ്ഥരായ സൈനികർ ആടുകളെ കൊന്നുതിന്ന് ബങ്കറുകളിൽ സുഖമായി കഴിയുന്നു.' 'ഈ സാഹചര്യം സൃഷ്ടിച്ചതിൽ സർക്കാരിനും സൈന്യത്തിനും പങ്കുണ്ട്...' മലാലയുടെ ഇത്തരം നിരീക്ഷണങ്ങൾ അത്ഭുതപ്പെടുത്തുന്നതാണ്. ഒരു രാജ്യത്ത് തീവ്രവാദം കൊടികുത്തിവാ ഴുന്നതിൽ സർക്കാരിനും സൈന്യത്തിനുമുള്ള നിഷേധിക്കാൻ കഴിയാത്ത പങ്കിനെയാണ് ഡയറിക്കുറിപ്പുകൾ തുറന്നുകാട്ടുന്നത്. 'അന്ത്യശാസനത്തെ തുടർന്നു പെൺപള്ളിക്കൂടങ്ങൾ അടച്ചിട്ടും താലിബാൻ എന്തിനാണ് സ്കൂ ളുകൾ ആക്രമിക്കുന്നത്?' എന്ന ചോദ്യം സ്വാഭാവികമാണ്. എന്നാൽ ഇതിലൂടെ താലിബാന്റെ ആശയങ്ങളെത്തന്നെയാണ് ചോദ്യം ചെയ്യുന്നത്. താലിബാന്റെ പ്രാകൃത ശിക്ഷാ നടപടികൾ കാണാൻകൂടുന്ന നാട്ടുകാരോടും മലാലയ്ക്ക് അമർഷമുണ്ട്. 'ഇപ്പോൾതന്നെ നമ്മൾ ഒരുപാട് അനുഭവിക്കുന്നുണ്ട്. എന്നിട്ടും ആളുകൾ എന്തിനാണ് ഇതൊക്കെ കാണാൻ പോകുന്നത്?' എന്ന് പരിതപിക്കുകയാണ് മലാല. ഇത്തരം പ്രാകൃത നിയമങ്ങൾ അവസാനിപ്പിക്കാൻ സൈന്യത്തിന് എന്തുകൊണ്ട് കഴിയുന്നില്ല എന്നും ചിന്തിക്കുന്നു. സർക്കാർ പറയുന്നതിനെക്കാൾ ജനങ്ങൾ കേൾക്കുന്നത് താലിബാൻ പറയുന്നതാണെതെന്ന തിരിച്ചറിവും

അവളെ ആശങ്കപ്പെടുത്തുന്നു. ഇത്തരം നിരീക്ഷണങ്ങളിലൂടെയും ആശങ്കകളിലൂടെയും ഭരണകൂടത്തിന്റെ നിസംഗ മനോഭാവത്തെയാണ് മലാല ചോദ്യം ചെയ്യുന്നത്.

ജന്മനാട്ടിലെ ജനങ്ങൾക്കുവരുന്ന മാറ്റങ്ങളും മലാല നിരീക്ഷിക്കുന്നുണ്ട്. ഇരുപത് ദിവസങ്ങൾക്കുശേഷം മിങ്കോറയിൽ മടങ്ങിയെത്തിയപ്പോൾ പലരും മുടി നീട്ടി വളർത്തിയിരിക്കുന്നു. 'അവരൊക്കെ താലിബാനാണെന്ന് തോന്നി' എന്നാണ് ഇതെക്കുറിച്ച് എഴുതിയത്. വിജനമായ നിരത്തുകളും, ഷെല്ലിംങ്ങിൽ തകർന്ന വീടുകളും, അടഞ്ഞു കിടക്കുന്ന കമ്പോളങ്ങളും മലാലയെ അസ്വസ്ഥയാക്കുന്നു. അനുജന്മാരുടെ കളികൾപോലും അവളെ ചിന്തിപ്പിക്കുന്നുണ്ട്. ഹെലികോപ്റ്ററും, തോക്കും, ശവക്കല്ലറയും, ബോംബുമൊക്കെയാണ് അവരുടെ കളികളിൽ കടന്നു വരുന്നതെന്നു തിരിച്ചറിയുന്നു. അരക്ഷിതമായ സാഹചര്യങ്ങളിൽ വളർന്നു വരുന്ന കുട്ടികളുടെ ചിന്തകളും പ്രവൃത്തിയും ഏതു രീതിയിലാണ് തിരിച്ചുവിടപ്പെടുന്നത് എന്നതിന്റെ വ്യക്തമായ ചിത്രമാണ് ഇതിലൂടെ നൽകുന്നത്.

വെടിയൊച്ചകൾക്കിടയിൽ ജീവിക്കുമ്പോഴും പ്രതീക്ഷയും ശുഭാപ്തിവിശ്വാസവും മുറുകെ പിടിക്കുന്നു. സർക്കാരും തീവ്രവാദികളും സമാധാന കരാറിലേർപ്പെട്ട വാർത്ത ആഹ്ലാദത്തോടെയാണു കേൾക്കുന്നത്. ഒരു ഘട്ടത്തിൽ അനുജന്മാരോട് അവൾ പറയുന്നുണ്ട് 'ഇവിടെ ഇനി യുദ്ധത്തെ കുറിച്ച് സംസാരിക്കില്ല. സമാധാനത്തെക്കുറിച്ചേ പറയൂ'. ചുറ്റുപാടും നടക്കുന്ന സംഭവങ്ങൾ ഒരു കുഞ്ഞുമനസ്സിനെ ഏതുരീതിയിലാണ് അസ്വസ്ഥമാക്കുന്നത് എന്നു മനസ്സിലാക്കാൻ ഈ വാക്കുകൾ തന്നെ ധാരാളം. ആക്രമണങ്ങളുടെയും ബോംബ് സ്ഫോടനങ്ങളുടെയും വെടിയൊച്ചകളുടെയും ഭയാനകമായ അന്തരീക്ഷത്തെക്കുറിച്ചാണ് മലാല ഏറ്റവും കൂടുതൽ എഴുതിയതെങ്കിലും സമാധാനത്തിന്റെ നല്ല നാളുകൾ തിരിച്ച് വരുമെന്ന പ്രതീക്ഷയും ആ വാക്കുകളിലുടനീളം കാണാം. എന്നാൽ മലാലയുടെ വഴികളിൽ അപകടം പതിയിരിക്കുന്നുണ്ടായിരുന്നു.

○

വെടിയുണ്ടകൾക്കു മുന്നിലൊരു ശലഭം

2012 ഒക്ടോബർ ഒമ്പത് ചൊവ്വ. അന്നവർ ആഹ്ലാദത്തിലായിരുന്നു. ഇടക്കാല പരീക്ഷ കഴിഞ്ഞതിന്റെ സന്തോഷത്തിൽ പാട്ടും കളികളു മായാണ് സ്കൂൾ ബസിൽ വീട്ടിലേക്കു മടങ്ങിയത്. ബസ്സിലുണ്ടായിരുന്ന അദ്ധ്യാപികമാരും അവരുടെ ആഹ്ലാദത്തിൽ പങ്കുചേർന്നു. മിങ്കോറ നഗരത്തിൽനിന്നും ഒരു കിലോമീറ്റർ അകലെ എത്തിയിട്ടുണ്ടാകും. പെട്ടെന്നാണ് വഴിയരുകിൽ നിന്നും രണ്ടുപേർ ബസിനു മുന്നിലേക്ക് എടുത്ത് ചാടിയത്. ബസ് നിന്നു. രണ്ടുപേരും ഉള്ളിലേക്കു കയറി. ഒരാൾ തോക്ക് പുറത്തെടുത്തുകൊണ്ട് അലറി. 'ഇതിലാരാണ് മലാല യൂസഫ് സായ്?' അദ്ധ്യാപികമാരും വിദ്യാർത്ഥിനികളും ഭയന്നുവിറച്ചു. തീവ്രവാദികളാണ് കൺമുന്നിൽ. ചിലർ നിശ്ശബ്ദരായിനിന്നു. മറ്റു ചിലർ ഭയംകൊണ്ടു വിറയ്ക്കുന്നുണ്ടായിരുന്നു. പക്ഷെ എല്ലാവരുടെയും കണ്ണുകൾ അറിയാതെ മലാലയിലേക്കു തിരിഞ്ഞു. ഇത് മനസിലാക്കിയ തീവ്രവാദി വിളിച്ചു പറഞ്ഞു. 'ഇവളാണ്'. പതിനാലു വയസ്സുമാത്രം പ്രായ മുള്ള ആ പെൺകുട്ടിക്കുനേരെ നിഷ്ക്കരുണം അയാൾ നിറയൊഴിച്ചു. മലാലയുടെ തലയിലും കഴുത്തിലും വെടിയുണ്ടകൾ തറച്ചു. വീണ്ടും രണ്ടുതവണ വെടിയൊച്ചകൾ ഉയർന്നു. ഈ വെടിയുണ്ടകൾ തറച്ച് മറ്റ് രണ്ടു കുട്ടികൾക്കു പരിക്കേറ്റു. ഇതിനുശേഷം തീവ്രവാദികൾ അപ്രത്യ ക്ഷരായി. അദ്ധ്യാപികമാരും മറ്റു കുട്ടികളും നിലവിളിക്കാൻ തുടങ്ങി. മലാല ബോധരഹിതയായി കൂട്ടുകാരിയുടെ മടിയിലേക്കു വീണു. തലയിൽനിന്നും കഴുത്തിൽ നിന്നും രക്തം ഒഴുകാൻ തുടങ്ങി. അവളുടെ കണ്ണുകൾ അടഞ്ഞു. അദ്ധ്യാപികമാരും വിദ്യാർത്ഥിനികളും നിലവിളിച്ചുകൊണ്ടു പ്രാർത്ഥിക്കുവാൻ തുടങ്ങി. എല്ലാം നിമിഷനേരങ്ങൾകൊണ്ട് കഴിഞ്ഞു. സ്വബോധം വീണ്ടെടുത്ത ഒരു അദ്ധ്യാപിക അടുത്തുള്ള ആശുപത്രിയിൽ എത്രയും വേഗം എത്തിക്കാൻ ഡ്രൈവറോട് പറഞ്ഞു.

മിങ്കോറയിലെ ആശുപത്രിയിൽ പ്രാഥമിക ചികിത്സ നടത്തിയ ശേഷം പെഷവാറിലെ ആശുപത്രിയിലേക്കു മാറ്റി. രണ്ടു ദിവസ ത്തിനുശേഷം ഹെലികോപ്റ്ററിൽ റാവൽപ്പിണ്ടിയിലെ സൈനിക ആശുപത്രിയിൽ എത്തിച്ചു. മണിക്കൂറുകൾ നീണ്ട ശസ്ത്രക്രിയയിലൂടെ ശരീരത്തിൽ തറച്ച രണ്ടു വെടിയുണ്ടകളും നീക്കം ചെയ്തു. പാകിസ്ഥാനി ലെ സൈനിക നേതൃത്വവും സർക്കാരും മെച്ചപ്പെട്ട ചികിത്സ ലഭ്യമാക്കാൻ ഉണർന്നു പ്രവർത്തിച്ചു.

മലാലയ്ക്ക് നേരെയുണ്ടായ വധശ്രമത്തിനെതിരെ ലോകമെമ്പാടും പ്രതിഷേധം ഉയർന്നു. പാകിസ്ഥാനിലെ മിക്ക നഗരങ്ങളിലും പ്രതിഷേധ യോഗങ്ങളും പ്രത്യേക പ്രാർത്ഥനകളും നടന്നു. മലാലയ്ക്ക് പിന്തുണയുമായി സ്കൂൾക്കുട്ടികൾ രംഗത്തിറങ്ങി. ഐക്യ രാഷ്ട്രസഭാ സെക്രട്ടറി ജനറൽ ബാൻകിമൂൺ, അമേരിക്കൻ പ്രസിഡന്റ് ബരാക് ഒബാമ, അമേരിക്കൻ വിദേശകാര്യ സെക്രട്ടറി ഹിലരി ക്ലിന്റൺ, ബ്രിട്ടീഷ് മുൻ പ്രധാനമന്ത്രി ഗോൾഡൻ ബ്രൗൺ തുടങ്ങി നിരവധി ലോക നേതാക്കൾ സംഭവത്തെ അപലപിച്ചു. മലാലയ്ക്ക് എല്ലാ സഹായങ്ങളും അവർ വാഗ്ദാനം ചെയ്തു. പാകിസ്ഥാൻ സർക്കാരും ഫലപ്രദമായി പ്രവർത്തിച്ചു. മലാലയെ വധിക്കാൻ ശ്രമിച്ച സംഘത്തിലെ നിരവധിപേരെ അറസ്റ്റ് ചെയ്തു. ചികിത്സാ ചെലവുകൾ സർക്കാർ ഏറ്റെടുത്തു.

യു.എ.ഇ. സർക്കാരും രാജകുടുംബവും മലാലയുടെ ചികിത്സക്കായി എല്ലാ സഹായങ്ങളും വാഗ്ദാനം ചെയ്തു. യു.എ.ഇ.രാജ കുടുംബം എയർ ആംബുലൻസും, മെഡിക്കൽ സംഘത്തെയും പാകിസ്ഥാനിലേക്കയച്ചു. ഈ എയർ ആംബുലൻസിൽ മലാലയെ ബ്രിട്ടണിലെ ബിർമിങ്ഹാമിലുള്ള പ്രശസ്തമായ ക്യൂൻ എലിസബത്ത് ആശുപത്രിയിൽ എത്തിച്ചു. അഫ്ഗാനിസ്ഥാനിൽ സൈനിക നടപടിക്കിടെ പരിക്കേൽക്കുന്ന ബ്രിട്ടീഷ് സൈനികരെ ചികിത്സിക്കുന്നത് ഈ ആശുപത്രിയിലാണ്. ലോകത്ത് അത്യാധുനിക ചികിത്സ ലഭിക്കുന്ന അതിപ്രശസ്തമായ ആശുപത്രികളിൽ ഒന്ന്. സംഭവം നടന്ന് ഒരാഴ്ചക്കുള്ളിലാണ് മലാലയെ ബ്രിട്ടണിൽ എത്തിച്ചത്. ക്യൂൻ എലിസബത്ത് ആശുപത്രിയിലെയും ബിർമിങ്ഹാമി ലെ കുട്ടികളുടെ ആശുപത്രിയിലെയും ഡോക്ടർമാരും, ജീവനക്കാരും മലാലയ്ക്ക് കാവലിരുന്നു. ലോകമെമ്പാടുമുള്ള ജനങ്ങൾ അവൾക്കുവേണ്ടി പ്രാർത്ഥിച്ചു. ഒടുവിൽ ചികിത്സയും പ്രാർത്ഥനകളും ഫലം കണ്ടു. ഏതാനും ദിവസങ്ങൾക്കുള്ളിൽ മലാല ജീവിതത്തിലേക്ക് കൺതുറന്നു...

ആളിക്കത്തിയ പ്രതിഷേധം

മതനിന്ദ നടത്തിയതിന് വധശിക്ഷക്ക് വിധിക്കപ്പെട്ട ആയിഷ ബീവി എന്ന സ്ത്രീക്കുവേണ്ടി സംസാരിക്കുകയും അവർക്കുവേണ്ടി ദയാഹർജി സമർപ്പിക്കുകയും ചെയ്ത പഞ്ചാബ് പ്രവിശ്യാ ഗവർണർ സൽമാൻ തസീർ 2011 ജനുവരി നാലിനാണ് കൊലചെയ്യപ്പെട്ടത്. സ്വന്തം അംഗരക്ഷകനാണ് അദ്ദേഹത്തിന് നേരെ നിറയൊഴിച്ചത്.

മതനിന്ദ നടത്തുന്നവർക്ക് വധശിക്ഷ നൽകുന്ന പാകിസ്ഥാനിലെ നിയമത്തിനെതിരെ പ്രതികരിച്ച മന്ത്രി ഷഹബാസ് ഭട്ടി 2011 മാർച്ച് 2ന് ഇസ്ലാമാബാദിൽ വച്ച് തീവ്രവാദി ആക്രമണത്തിൽ കൊല്ലപ്പെട്ടു. പാക് മന്ത്രിസഭയിലെ ഏക ക്രിസ്ത്യൻ പ്രതിനിധിയായിരുന്നു അദ്ദേഹം. തെഹ്‌രീക് ഇ താലിബാനായിരുന്നു ബട്ടിയുടെ വധത്തിന് പിന്നിൽ.

പുരോഗമനപരമായി ചിന്തിക്കുകയും പ്രതികരിക്കുകയും ചെയ്യുന്നവരെ ഇല്ലായ്മചെയ്യുന്ന പ്രാകൃതനിയമങ്ങളാണ് താലിബാൻ അടക്കമുള്ള തീവ്രവാദി സംഘങ്ങൾ പിന്തുടരുന്നത്. മതനിന്ദാ കുറ്റത്തിന് വധശിക്ഷ നൽകുന്നതിനെതിരെ പ്രതികരിച്ചതിനാണ് സൽമാൻ തസീറും, ഷഹബാസ് ബട്ടിയും തീവ്രവാദികളുടെ പ്രതികാരത്തിന് ഇരകളായത്. അതേസമയം പെൺകുട്ടികളുടെ വിദ്യാഭ്യാസത്തിനുവേണ്ടി സംസാരിച്ചതിനാണ് മലാല യൂസഫ്‌സായ് എന്ന പതിനാലുകാരിയെ വധിക്കാൻ തീവ്രവാദികൾ ശ്രമിച്ചത്. എന്നാൽ സൽമാൻ തസീറിന്റെയും ഷഹബാസ് ബട്ടിയുടെയും കൊലപാതകങ്ങൾ നടന്നപ്പോൾ ഉണ്ടാകാത്ത പ്രതിഷേധമാണ് മലാലയുടെ വധശ്രമം ഉയർത്തിയത്. പാകിസ്ഥാനിലെങ്ങും ജനരോഷം ആളിക്കത്തി. ഭരണാധികാരികളും, മതപുരോഹിതരും താലിബാനെതിരെ രംഗത്തെത്തി. സുന്നി ഇത്തേഹാദ് കൗൺസിൽ അംഗങ്ങളായ അൻപതോളം പുരോഹിതന്മാർ താലിബാനെതിരെ ഫത്വ പുറപ്പെടുവിച്ചു. പ്രായഭേദമില്ലാതെ ജനങ്ങൾ തെരുവിലിറങ്ങി.

വിദ്യാർത്ഥികൾ കൂട്ടമായി പ്രതിഷേധ പ്രകടനങ്ങളിലും, പ്രാർത്ഥ നകളിലും പങ്കുചേർന്നു. വിദ്യാഭ്യാസം നിഷേധിക്കുകയും സ്വൈരജീവിതം തകർക്കുകയും ചെയ്യുന്ന താലിബാനെതിരെ അവർ ശക്തമായി പ്രതികരി ക്കാൻ തുടങ്ങി. ധീരതക്കുള്ള പരമോന്നത ബഹുമതിയായ സിത്താര സുജാത് പുരസ്കാരം മലാലയ്ക്ക് നൽകുമെന്ന് പാക് ആഭ്യന്തര മന്ത്രി റഹ്മാൻ മാലിക് പ്രഖ്യാപിച്ചു. ഒരുപക്ഷെ ഇത്തരമൊരു തിരിച്ചടി താലിബാൻ പ്രതീക്ഷിച്ചിട്ടുണ്ടാകില്ല.

പാകിസ്ഥാനിൽ മാത്രമല്ല ലോകമെമ്പാടുമുള്ള ജനങ്ങൾ മലാലയ്ക്കു നേരെയുണ്ടായ വധശ്രമത്തിനെതിരെ പ്രതികരിച്ചു. ലോകനേതാക്കളും മലാലയ്ക്കുവേണ്ടി രംഗത്തെത്തി. പാകിസ്ഥാൻ ആഭ്യന്തരമന്ത്രി റഹ്മാൻ മാലിക്, ബ്രിട്ടീഷ് വിദേശകാര്യമന്ത്രി വില്യം ഹേഗ്, യു.എ.ഇ വിദേശകാര്യ മന്ത്രി ഷെ യ്ക് അബ്ദുള്ള ബിൻ സായദ് അൽ നഹ്യാൻ തുടങ്ങി നിരവധി പ്രമുഖർ ബിർമിങ്ഹാമിലെ ആശുപത്രിയിലെത്തി മലാലയെ സന്ദർശിച്ചു. ഐക്യരാഷ്ട്രസഭയുടെ സാർവ്വദേശീയ വിദ്യാഭ്യാസ മേഖലയുമായി ബന്ധപ്പെട്ട പ്രത്യേക പ്രതിനിധിയും ബ്രിട്ടീഷ് മുൻ പ്ര ധാനമന്ത്രിയുമായ ഗോർഡൻ ബ്രൗൺ ഐക്യരാഷ്ട്രസഭയ്ക്കും, പാകി സ്ഥാൻ പ്രസിഡന്റിനും നിവേദനം സമർപ്പിച്ചു. വിദ്യാഭ്യാസം നിഷേധിക്കപ്പെടുന്ന പെൺകുട്ടികൾക്കായി 'ഞാൻ മലാല' എന്ന മുദ്രാവാക്യം ഉയർത്തി പ്രവർത്തിക്കുമെന്ന് അദ്ദേഹം പ്രഖ്യാപിച്ചു. വിദ്യാഭ്യാസം നിഷേധിക്കപ്പെടുന്ന ലോകമെമ്പാടുമുള്ള 61 ദശലക്ഷം കുട്ടികളെ 2015 നു മുൻപ് സ്കൂളുകളിൽ എത്തിക്കുകയാണ് ലക്ഷ്യമെന്നും ഗോർഡൻ ബ്രൗൺ വ്യക്തമാക്കുന്നു. ഇതിനായി അന്താരാഷ്ട്ര സംഘ ടനകൾ രംഗത്തുവരണമെന്നും അദ്ദേഹം നിവേദനത്തിൽ ആവശ്യപ്പെടുന്നു. 'ഞാൻ മലാല' എന്നാണ് ഈ നിവേദനത്തിന് അദ്ദേഹം പേര് നൽകിയിരി ക്കുന്നത്. അന്താരാ ഷ്ട്രതലത്തിൽ വ്യത്യസ്തമേഖലകളിലുള്ള നിരവധി പ്രമുഖരാണ് ഗോർഡൻ ബ്രൗണിന്റെ ഈ ഉദ്യമത്തിന് പിന്തുണ പ്രഖ്യാപിച്ചത്.

ഷാസിയ റംസാനും കെയ്നത്ത് റിയാസും

'മുൻപ് സ്കൂളിൽ പോകുമ്പോൾ എനിക്ക് പേടിയായിരുന്നു. ഏത് നിമിഷവും ആക്രമണം ഉണ്ടായേക്കാമെന്ന് ഭയപ്പെട്ടിരുന്നു. എന്നാലിപ്പോൾ ഭയമില്ല. ഇനി ധൈര്യത്തോടെ സ്കൂളിൽ പോകും, മലാലയും ഒന്നിച്ച്. ഞങ്ങൾക്കിനിയും പഠിക്കണം'.

മലാലയെ തീവ്രവാദികൾ ആക്രമിക്കുന്നതിനിടെ പരിക്കേറ്റ ഷാസിയ റംസാനും കെയ്നത്ത് റിയാസും ഇതുപറയുമ്പോൾ അവരുടെ വാക്കുകളിൽ മുൻപെങ്ങുമില്ലാത്ത ആത്മവിശ്വാസം പ്രകടമായിരുന്നു. ഷാസിയയുടെ തോളിനും കെയ്നത്തിന്റെ കൈയ്ക്കുമാണ് പരിക്കേറ്റത്. നിസാരപരിക്ക് ആയതിനാൽ പാകിസ്ഥാനിലെ ആശു പത്രിയിൽ തന്നെയാണ് ചികിത്സിച്ചത്. വെടിയുണ്ടകൾ തറച്ച വേദനയിലും ആശുപത്രി കിടക്കയിൽ കിടന്ന് അവർ ആശങ്കപ്പെട്ടത് തങ്ങളുടെ പ്രിയ കൂട്ടുകാരിയെ കുറിച്ചോർത്താണ്. പ്രാർത്ഥിച്ചത് അവൾ ക്കുവേണ്ടിയാണ്...

'താലിബാനെതിരെ പോരാടാൻ അവൾ തിരിച്ചുവരും...' മലാലയെ കുറിച്ച് ഷാസിയ ഇങ്ങിനെ പറയുമ്പോൾ കൂട്ടുകാരിയെ കുറിച്ചുള്ള അഭിമാനം ആ വാക്കുകളിൽ പ്രകടമായിരുന്നു. 'താലിബാൻ തന്നെ ആക്രമിക്കുമെന്നും എന്ത് സംഭവിച്ചാലും ഒളിച്ചിരിക്കാൻ കഴിയില്ലെന്നും പെൺകുട്ടികളുടെ വിദ്യാഭ്യാസത്തിനുവേണ്ടി സംസാരിക്കുമെന്നും മലാല പലപ്പോഴും പറഞ്ഞിരുന്നതായി ഷാസിയ ഓർക്കുന്നു.

മലാലയെ ഇനിയും ആക്രമിക്കുമെന്നാണ് താലിബാന്റെ മുന്നറിയിപ്പ്. എന്നാൽ ഈ ഭീഷണിയൊന്നും ഇവരെ ഇപ്പോൾ ഭയപ്പെടുത്തുന്നില്ല. 'പെൺകുട്ടികൾ വിദ്യാഭ്യാസം നേടേണ്ടത് അനിവാര്യമാണ്. എല്ലാ പെൺകുട്ടികളോടും എനിക്ക് പറയാനുള്ളത് ആരും ഈ ലക്ഷ്യത്തിൽനി

ന്നും പിന്മാറരുത് എന്നാണ്. ആൺകുട്ടികളെക്കാൾ പെൺകുട്ടികളുടെ വിദ്യാഭ്യാസത്തിനാണ് ഏറെ പ്രാധാന്യം നൽകേണ്ടത്. കാരണം ആൺകുട്ടികൾക്ക് അവർക്കിഷ്ടമുള്ള ഏതു ജോലി വേണമെങ്കിലും കണ്ടെത്താം' പതിനാലുകാരിയായ കെയ്നത്തിന് വിദ്യാഭ്യാസത്തെക്കുറിച്ചും ഭാവിയെ കുറിച്ചുമൊക്കെ വ്യക്തമായ കാഴ്ച്ചപ്പാടുണ്ട്.

താലിബാന്റെ തിട്ടൂരങ്ങളെ ഈ കുട്ടികൾ ഇപ്പോൾ ഭയപ്പെടുന്നില്ല. 'ഇനിയും ഞങ്ങൾ സ്കൂളിൽ പോകും' എന്ന് കൂടുതൽ ശക്തിയോടെയും, ധൈര്യത്തോടെയുമാണ് ഇവർ പറയുന്നത്. തീവ്രവാദികളെ മുഖാമുഖം കണ്ടതാണ്. വെടിയുണ്ടകളേറ്റ് മുറിപ്പെട്ടതാണ്. എന്നാൽ തീവ്രവാദികളുടെ വെടിയുണ്ടകൾക്ക് ഈ കുഞ്ഞുങ്ങളുടെ ശരീരത്തെ മാത്രമെ മുറിപ്പെടുത്താൻ കഴിഞ്ഞിട്ടുള്ളു. അവരുടെ മനസ്സിനെ അല്പംപോലും ചഞ്ചലപ്പെടുത്താൻ കഴിഞ്ഞിട്ടില്ല. മാത്രമല്ല മുൻപത്തെക്കാൾ അവർ ധൈര്യശാലികളായിരിക്കുന്നു. ഇരുട്ടിന്റെ മറവിൽ ഒളിഞ്ഞിരുന്ന് നിരപരാധികളെ കൊന്നൊടുക്കുന്നവർ ഭീരുക്കളാണെന്ന് ഇവർ തിരിച്ചറിഞ്ഞിരിക്കുന്നു.

○

മാധ്യമങ്ങളും മലാലയും

ഓരോ യുദ്ധവും അവശേഷിപ്പിക്കുന്നത് സ്ത്രീകളുടെയും കുട്ടികളുടെയും ദീനരോദനങ്ങളാണ്. യുദ്ധങ്ങളിൽ ഏറ്റവും കൂടുതൽ ഇരകളാകുന്നതും സ്ത്രീകളും കുട്ടികളുമാണ്. നിരപരാധികളായ നിരവധി കുഞ്ഞുങ്ങളാണ് ഭരണകൂടഭീകരതയിലും തീവ്രവാദി ആക്രമണങ്ങളിലും ആഭ്യന്തരകലാപങ്ങളിലും കൊല്ലപ്പെടുന്നത്. പട്ടിണിയും ദാരിദ്ര്യവും മൂലം മരണമടയുന്ന കുട്ടികളുടെ എണ്ണവും ദിനംപ്രതി വർദ്ധിക്കുന്നു. വിദ്യാഭ്യാസം നിഷേധിക്കപ്പെടുന്ന 61 ദശലക്ഷത്തിലധികം കുട്ടികൾ ലോകത്താകമാനമുണ്ടെന്നാണ് കണക്ക്.

ഇന്ത്യയും പാകിസ്ഥാനും ഉൾപ്പെടെയുള്ള രാജ്യങ്ങളിൽ ശൈശവ വിവാഹം ഇന്നും നിലനിൽക്കുന്നു. എന്നാൽ ഇവക്കൊന്നും ലഭിക്കാത്ത മാധ്യമശ്രദ്ധയാണ് മലാലയ്ക്ക് നേരെയുണ്ടായ വധശ്രമത്തിനു ലഭിച്ചത്. പാകിസ്ഥാനിലെ മാത്രമല്ല ലോകമെമ്പാടുമുള്ള മാധ്യമങ്ങൾ മലാലയുമായി ബന്ധപ്പെട്ട വാർത്തകൾക്ക് വൻ പ്രാധാന്യമാണ് നൽകിയത്. ഇതും താലിബാൻ കേന്ദ്രങ്ങളെ പ്രകോപിപ്പിച്ചു. മലാലയുടെ വാർത്തകൾക്ക് പ്രാധാന്യം കൊടുക്കുന്ന പാകിസ്ഥാനിലെ മാധ്യമ സ്ഥാപനങ്ങളെയും, മാധ്യമ പ്രവർത്തകരെയും ആക്രമിക്കുമെന്നും ഭീഷണി മുഴക്കി. ഇതേ തുടർന്നു ഭീഷണി നേരിട്ട മാധ്യമങ്ങൾക്കും മാധ്യമ പ്രവർത്തകർക്കും പാക് സർക്കാർ സുരക്ഷ ഏർപ്പെടുത്തി. മാധ്യമങ്ങൾക്കുനേരെ മാത്രമല്ല താലിബാനെ പരസ്യമായി വിമർശിച്ച മതപണ്ഡിതന്മാർക്കു നേരെയും ഭീഷണിയുണ്ടായി.

ഇസ്ലാമാബാദ് കേന്ദ്രമായി പ്രസിദ്ധീകരിക്കുന്ന 'ദി ന്യൂസ്' കറാച്ചിയിൽ നിന്നുള്ള 'ദി എക്സ്പ്രസ് ട്രിബ്യൂൺ' തുടങ്ങി നിരവധി പത്രങ്ങൾ മുഖപ്രസംഗം എഴുതിയാണ് പ്രതികരിച്ചത്. 'ജിയോ', 'ദുനിയ', 'ആജ്', 'ഡോൺ' തുടങ്ങിയ പാകിസ്ഥാനിലെ വാർത്താ ചാനലുകളും,

പത്ര-ശ്രാവ്യ മാധ്യമങ്ങളും മലാലയ്ക്ക് വേണ്ടി ശബ്ദമുയർത്തി. അന്താരാഷ്ട്രതലത്തിൽ പ്രശസ്തമായ മാധ്യമങ്ങളും താലിബാനെതിരെ ശക്തമായി രംഗത്തു വന്നു. എന്നാൽ മലാല സംഭവം മറയാക്കി പാകിസ്ഥാനെ അസ്ഥിരപ്പെടുത്താൻ പാശ്ചാത്യ മാധ്യമങ്ങൾ ഗൂഢലക്ഷ്യത്തോടെ പ്രവർത്തിക്കുന്നതായി ചുരുക്കം ചില മാധ്യമങ്ങൾ കുറ്റപ്പെടുത്തി. പാകിസ്ഥാനെയും, ഇസ്ലാമിനെയും അപകീർത്തിപ്പെടുത്താനാണ് അന്താരാഷ്ട്ര മാധ്യമങ്ങൾ ശ്രമിക്കുന്നതെന്ന് പ്രമുഖ ഉറുദു ദിനപ്പത്രമായ 'ഉമ്മത്ത്' മുഖപ്രസംഗമെഴുതി. എന്നാൽ മലാലയെ പ്രകീർത്തിച്ചും താലിബാനെ നിശിതമായി വിമർശിച്ചുമാണ് മിക്ക മാധ്യമങ്ങളും വാർത്ത നൽകിയത്.

കൂട്ടുകാരോടൊപ്പം കളിച്ചും പഠിച്ചും ആർത്തുല്ലസിച്ചും കഴിയേണ്ട പ്രായത്തിലാണ് മലാല താലിബാനെതിരെ തീക്കളി തുടങ്ങിയത്. സ്വാത്തിലെ സാധാരണ ജനങ്ങളെപ്പോലെ താലിബാന്റെ തിട്ടൂരങ്ങൾ അനുസരിച്ചാണ് ജീവിച്ചിരുന്നതെങ്കിൽ അവൾക്ക് വെടിയുണ്ടകളെ നേരിടേണ്ടി വരില്ലായിരുന്നു. ശബ്ദിക്കാതെയും പ്രതികരിക്കാതെയും കഴിഞ്ഞിരുന്നെങ്കിൽ ഇടത്തരം കുടുംബത്തിൽപ്പെട്ട മലാലയ്ക്ക് അത്ര വലിയ വെല്ലുവിളികൾ കൂടാതെ ജീവിതം മുന്നോട്ടുകൊണ്ട് പോകാമായിരുന്നു. വിവാഹപ്രായമാകുമ്പോൾ ഒരു കുടുംബിനിയായി ഒതുങ്ങിക്കൂടാമായിരുന്നു. അല്ലെങ്കിൽ മറ്റ് പലരും ചെയ്യുന്നതുപോലെ സ്വാത്തിൽനിന്നും സമാധാനമുള്ള മറ്റേതെങ്കിലും സ്ഥലത്തേക്ക് കുടിയേറാമായിരുന്നു. എന്നാൽ മലാല ചിന്തിച്ചത് അവളുടെ ജീവിതത്തെക്കുറിച്ച് മാത്രമല്ല. തന്റെ കളിക്കൂട്ടുകാർക്കും സഹപാഠികൾക്കും നാട്ടുകാർക്കും സ്വാതന്ത്ര്യം വേണമെന്ന് അവൾ ആഗ്രഹിച്ചു. തന്റെ രാജ്യത്തെ പെൺകുട്ടികൾക്ക് ഭയം കൂടാതെ സ്കൂളിൽ പോകാനുള്ള സാഹചര്യമുണ്ടാകണമെന്ന് ചിന്തിച്ചു. ഇത്തരം ചിന്തകളിൽ നിന്നാണ് തീക്ഷ്ണമായി പ്രതികരിക്കുവാനുള്ള ആർജ്ജവം അവൾ നേടിയത്. സ്വന്തം ജീവിതവും സുഖവും മാത്രം തേടിപ്പോകുന്ന സ്വാർത്ഥരായ ജനങ്ങൾ അനുദിനം വർദ്ധിക്കുന്ന വർത്തമാനകാലത്ത് മലാല വ്യത്യസ്തയാകുന്നു. തീവ്രവാദികളുടെ ഭീഷണിയുണ്ടെന്നറിഞ്ഞ് സർക്കാർ സുരക്ഷ വാഗ്ദാനം ചെയ്തെങ്കിലും അത് നിരസിക്കുകയായിരുന്നു മലാലയും കുടുംബവും.

ത്യാഗോജ്ജ്വലമായ ഈ ജീവിതത്തെ നിസാരവൽക്കരിക്കാൻ താലിബാനു മാത്രമല്ല ഒരു ശക്തിക്കും കഴിയില്ല. പീരങ്കികളും യന്ത്രത്തോക്കുകളും പൈലറ്റില്ലാവിമാനങ്ങളും ഉപയോഗിച്ച് പാക്സേനയും അമേരിക്കയും താലിബാന് വരുത്തുന്ന നാശത്തേക്കാൾ ശക്തിയുണ്ട് ആശയങ്ങളും അക്ഷരങ്ങളും ഉപയോഗിച്ച് മലാല നടത്തിയ പോരാട്ടത്തിന്.

മുൻപെങ്ങുമുണ്ടാകാത്ത വിധത്തിൽ ലോക ജനതയുടെ മനസ്സിൽ താലിബാനെതിരെ വെറുപ്പ് സൃഷ്ടിക്കാൻ മലാലയ്ക്ക് കഴിഞ്ഞു എന്നത് നിസ്സാരമല്ല. അനീതിയും അക്രമങ്ങളും കൊടി കുത്തിവാഴുന്ന നാട്ടിൽ ഇത്തരത്തിൽ പ്രതീക്ഷയുടെ പൊൻകിരണങ്ങൾ ഉദിച്ചുയരുന്നത് കാലത്തിന്റെ നിയോഗമാണ്. ഒരു ശക്തിക്കും എല്ലാകാലത്തും ഒരു ജനതയെ അടക്കിവാഴാൻ കഴിയില്ലല്ലോ? ഊഷര ഭൂമിയിൽ പൊട്ടിമുളച്ച പച്ചപ്പിന്റെ പുതുനാമ്പാണ് ഈ പെൺകുട്ടി. വളർന്ന് പന്തലിച്ച് ഒരു നാടിന് തണൽ വിരിക്കേണ്ടവൾ. ആ നാടിനെ ഉർവ്വരമാക്കേണ്ടവൾ. ഈ തിരിച്ചറിവിൽ നിന്നാകാം ലോക ജനതയും ലോക മാധ്യമങ്ങളും മലാലയെ നായികയായി വാഴ്ത്തുന്നത്.

ആൻഫ്രാങ്കും മലാലയും

'വല്ലാത്തൊരു കുഴപ്പത്തിലേക്കാണ് കാര്യങ്ങൾ പോകുന്നത്. ഏതെങ്കിലുമൊരു പട്ടാളക്കാരനെ അയാളുടെ മേലുദ്യോഗസ്ഥനൊന്ന് ശാസിച്ചാലുടൻ ഹിറ്റ്ലർക്കുനേരെ തിരിഞ്ഞിരിക്കുന്നു എന്നാരോപിച്ച് പട്ടാളക്കാരൻ മേലുദ്യോഗസ്ഥനെ വധിക്കാം. എന്തൊരവസ്ഥ. പോകട്ടെ, ഞാനതെല്ലാം മറക്കാനാണ് ആഗ്രഹിക്കുന്നത്. അടുത്ത ഒക്ടോബറിൽ ഞാനെന്റെ ക്ലാസ് മുറിയിലെ ബഞ്ചിലിരിക്കുകയാണ് എന്നാലോചിക്കുമ്പോൾ സന്തോഷംകൊണ്ട് മതിമറക്കുന്നു'.

രണ്ടാം ലോകമഹായുദ്ധ കാലത്തെ ഹിറ്റ്ലറുടെ ക്രൂരതകളും നാസിഭീകരതയും ലോകത്തിനുമുന്നിൽ തുറന്നുകാട്ടിയ ആൻഫ്രാങ്കിന്റെ പ്രശസ്തമായ ഡയറിക്കുറിപ്പുകളിൽ ഒന്നാണിത്.1929 ജൂൺ 12ന് ജർമ്മനിയിലെ ഒരു ജൂതകുടുംബത്തിൽ ജനിച്ച ആൻഫ്രാങ്ക് 1933 ൽ കുടുംബത്തോടൊപ്പം ജർമ്മനിയിലേക്ക് കുടിയേറി. രണ്ടാം ലോക മഹായുദ്ധകാലത്ത് ജർമ്മൻ പട്ടാളം ഹോളണ്ടിനെ ആക്രമിച്ചപ്പോൾ ഒരു ഒളിത്താവളത്തിൽ അഭയംതേടി. എന്നാൽ 1944 ഓഗസ്റ്റ് നാലിന് നാസി സൈനികർ ആനിനെയും കുടുംബത്തേയും അറസ്റ്റ് ചെയ്ത് തടവിലാക്കി. എന്നാൽ തടവറയിലേക്കുള്ള യാത്രയ്ക്ക് മുമ്പ് തന്റെ പ്രിയപ്പെട്ട ഡയറി ഒളിത്താവളത്തിൽ ആൻ ഉപേക്ഷിച്ചു. ലോകത്തിനു മുന്നിൽ ചരിത്ര സത്യങ്ങൾ വെളിപ്പെടാനുള്ള നിയോഗം പോലെ.

പതിമൂന്നാം ജന്മദിനത്തിൽ സമ്മാനമായി ലഭിച്ച ഡയറിയിൽ 1942 ജൂൺ 14 മുതലാണ് ആൻ എഴുതി തുടങ്ങിയത്. 'കിറ്റി' എന്ന ഓമനപ്പേരിലായിരുന്നു എഴുതിയത്. പിന്നീടുള്ള രണ്ടു വർഷങ്ങളിലാണ് ലോകത്തെ നടുക്കുന്ന യാഥാർഥ്യങ്ങൾ ഡയറിയിലേക്ക് പകർത്തിയത്. ഒരു ജൂതകുടുംബത്തിൽ ജനിച്ചു എന്ന ഒറ്റക്കാരണത്താൽ സ്വന്തം കുടുംബം അനുഭവിക്കേണ്ടിവരുന്ന കൊടിയ യാതനകൾ

മാത്രമായിരുന്നില്ല, നാസി ഭീകരതയ്ക്ക് മുന്നിൽ ചവിട്ടിയരക്കപ്പെട്ട അനേകായിരം ജൂതന്മാരുടെ രക്തം ചിന്തുന്ന ചരിത്ര സത്യങ്ങളും അവൾ ഡയറിക്കുറിപ്പുകളാക്കി.

1942 ജൂൺ 14 മുതൽ 1944 ഓഗസ്റ്റ് ഒന്ന് വരെയുള്ള ദിവസങ്ങളിലാണ് ഒളിസങ്കേതത്തിലെ ഏകാന്തതയിൽ ആൻ തന്റെ മനസിലുള്ളതും നാസിസൈനികരുടെ ഭീകരതാണ്ഡവവും ഡയറിയിൽ പകർത്തിയത്. ഓഗസ്റ്റ് 4 ന് നാസി സൈനികർ പിടികൂടുമ്പോൾ ഒളിത്താവളത്തിൽ ഉപേക്ഷിച്ച് പോയ ഡയറി അവിടം വൃത്തിയാക്കാനെത്തിയ ഒരാൾക്കാണ് ലഭിച്ചത്.

1945 മാർച്ച് ആദ്യം ആനും സഹോദരിയും 'ടൈഫസ്' എന്ന രോഗം പിടിപെട്ട് തടവറയിൽ വച്ച് മരണപ്പെട്ടു. ആനിന്റെ പിതാവ് ഓട്ടോ ഫ്രാങ്ക് മാത്രമാണ് ആ കുടുംബത്തിൽ അവശേഷിച്ചത്. ഒരു ചരിത്രനിയോഗം പോലെ മകളുടെ ഡയറി ഓട്ടോ ഫ്രാങ്കിന്റെ കൈകളിലെത്തി. എന്നാൽ ഡയറി പ്രസിദ്ധീകരിക്കുവാനുള്ള ആദ്യ ശ്രമങ്ങൾ വിഫലമായി. അദ്ദേഹം സമീപിച്ച പ്രസാധകരെല്ലാം നിരാശപ്പെടുത്തുന്ന മറുപടിയാണ് നൽകിയത്. എന്നാൽ 1947 ജൂണിൽ ഒരു ഡച്ചുകാരനായ വ്യക്തി ഡയറി പ്രസിദ്ധീകരിക്കാമെന്നേറ്റു. ആൻഫ്രാങ്കിന്റെ ഡയറി അങ്ങനെ വെളിച്ചം കണ്ടു. പിന്നീടുണ്ടായത് ചരിത്രം. ഇന്നും രണ്ടാംലോക മഹായുദ്ധത്തെക്കുറിച്ച് പറയുമ്പോൾ ആൻഫ്രാങ്കിന്റെ ഡയറിക്കുറിപ്പുകൾ പരാമർശിക്കാതെ പൂർത്തിയാക്കാൻ കഴിയില്ല.

ആൻഫ്രാങ്കിന്റെ ഡയറിക്കുറിപ്പുകൾ ലോകത്തോട് വിളിച്ച് പറഞ്ഞത് നാസി ഭീകരതയാണെങ്കിൽ, മലാലയുടെ ഡയറിക്കുറിപ്പുകൾ താലിബാൻ ഭീകരതയെയാണ് തുറന്ന് കാട്ടുന്നത്. രണ്ടുപേരും ബാല്യം വിട്ടുമാറുന്നതിനുമുൻപാണ് ലോകത്തെ മാറ്റിമറിക്കാൻ പോന്ന ചരിത്ര സത്യങ്ങൾ അക്ഷരങ്ങളിലൂടെ പകർത്തിയത്. ആൻഫ്രാങ്ക് സ്വന്തം കുടുംബത്തോടൊപ്പമായിരുന്നുവെങ്കിലും ഒളിത്താവളത്തിലെ ഭീതിനിറഞ്ഞതും ഏകാന്തവുമായ അന്തരീക്ഷത്തിലാണ് ജീവിതാനുഭവങ്ങൾ ഡയറിയിലാക്കിയത്. മലാല, കുടുംബത്തിന്റെ പിന്തുണയോടെയാണെങ്കിലും താലിബാനെ ഭയന്നാണ് എഴുതിയത്. ലോകം ഇത് വായിക്കും എന്ന മുൻധാരണ ഇല്ലാതെയാണ് ആൻ എഴുതിയതെങ്കിൽ, ആധുനിക സങ്കേതങ്ങൾ ഉപയോഗിച്ച് തന്റെ നാട്ടിൽ നടക്കുന്ന അനീതി ലോകത്തെ അറിയിക്കുക എന്ന ലക്ഷ്യത്തോടെയാണ് മലാല എഴുതിയത്. ആൻ ഫ്രാങ്കിന്റെ ഡയറി ലോകത്താകമാനം എഴുപതോളം ഭാഷകളിലാണ് പ്രസിദ്ധീകരിക്കപ്പെട്ടത്. മുപ്പതുദശലക്ഷത്തിലധികം കോപ്പികൾ വിറ്റഴിക്കപ്പെട്ടുവെന്നാണ് കണക്ക്.

ലോക ജനത ആവേശത്തോടെയാണ് ആനിന്റെ ഡയറിക്കുറിപ്പുകൾ സ്വീകരിച്ചത്. മലാലയുടെ ഡയറിക്കുറിപ്പുകളും ഇന്ന് ലോകം മുഴുവൻ വായിക്കുന്നു. ആൻ ആവേശമായതുപോലെ, മലാലയുടെ ധീരമായ ജീവിതവും പുതുതലമുറയ്ക്ക് ആവേശമാകുന്നു.

ഗുൽ മക്കായ്

1997 ജൂലൈ പന്ത്രണ്ടിന് പാകിസ്ഥാനിലെ മിങ്കോറയിൽ ഒരു കുഞ്ഞ് ജനിച്ചു. ഗോതമ്പിന്റെ നിറമുള്ള തിളങ്ങുന്ന കണ്ണുകളുള്ള ഒരു പെൺകുഞ്ഞ്. അച്ഛനമ്മമാർ അവൾക്ക് മലാല എന്നു പേരിട്ടു. അവളുടെ കളിചിരികൾ അവരുടെ ജീവിതത്തെ പ്രഭാപൂരിതമാക്കി. പിറന്നു വീണപ്പോൾ അവളുടെ കണ്ണുകൾ കണ്ട് തനിക്ക് വല്ലാത്ത സ്നേഹം തോന്നി എന്നാണ് മലാലയുടെ അച്ഛൻ സിയാവുദ്ദീൻ യൂസഫ്സായ് ഒരിക്കൽ പറഞ്ഞത്.

1870കളിൽ അഫ്ഗാനിസ്ഥാനിലെ കാണ്ഡഹാർ പ്രവിശ്യയിൽ ജീവിച്ചിരുന്ന 'മാലാലായ്' എന്ന പഷ്തൂൺ വീരവനിതയുടെ പേരാണ് അവൾക്കിട്ടത്. മലാല എന്ന വാക്കിനർത്ഥം 'വിഷാദം നിറഞ്ഞവൾ' എന്നാണ്. എന്നാൽ പേര് സൂചിപ്പിക്കുന്നതുപോലെ വിഷാദത്തോടെ ചടഞ്ഞിരിക്കുന്ന സ്വഭാവമായിരുന്നില്ല മലാലയുടേത്. ചുറ്റുപാടും നട ക്കുന്നതൊക്കെ കണ്ടും കേട്ടും അവൾ വളർന്നു. ചെറുപ്രായത്തിൽത്തന്നെ തന്റെ ജന്മനാട്ടിൽ നടക്കുന്ന അനീതികളെക്കുറിച്ച് മനസിലാക്കി. വിദ്യാഭ്യാസപ്രവർത്തകനും സ്ത്രീകളുടെയും, കുട്ടികളുടെയും അവകാ ശങ്ങൾക്കുവേണ്ടി മുൻകൈയെടുത്തു പ്രവർത്തിക്കുകയും ചെയ്യുന്ന അച്ഛ നായിരുന്നു മാതൃക. പിതാവിൽ നിന്നാണ് തന്റെ രാജ്യത്തെക്കുറിച്ചും അവിടെ നടക്കുന്ന നീതിനിഷേധങ്ങളെക്കുറിച്ചും അവൾ മനസിലാക്കിയത്. താലിബാന്റെ പ്രാകൃതനിയമങ്ങൾക്ക് എതിരെ ബ്ലോഗിൽ എഴുതി തുട ങ്ങിയപ്പോൾ 'ഗുൽ മക്കായ്' എന്ന പേരാണ് ഉപയോഗിച്ചത്. താലിബാനെ ഭയന്നാണ് തൂലികാനാമത്തിൽ എഴുതിയത്. ഡയറിക്കുറിപ്പുകൾ ചർച്ചയായ തോടെ 'ഗുൽ മക്കായ്' മലാലയാണെന്നു വെളിപ്പെട്ടു. മലാലയെ ലോകം അറിയാൻ തുടങ്ങി. എങ്കിലും യഥാർത്ഥ പേരിനെക്കാൾ 'ഗുൽ മക്കായ്' എന്ന പേരിനോടായിരുന്നു അവൾക്കിഷ്ടം. പഷ്തൂൺ നാടോടിക്കഥയിലെ നായികയുടെ പേരാണ് 'ഗുൽമക്കായ്'. എന്നാലിന്ന് പാകിസ്ഥാനിൽ മാത്ര മല്ല, ലോകത്തിന് മുന്നിൽ നായികയാണ് മലാല.

സ്വാര, വാനി, സാങ് ചാത്തി...

2012 ഒക്ടോബറിൽ പാകിസ്ഥാനിലെ ബലൂചിസ്ഥാൻ പ്രവിശ്യയിൽ അതിക്രൂരവും പ്രാകൃതവുമായ ഒരു സംഭവം അരങ്ങേറി. ഗോത്രവിഭാഗങ്ങൾക്കു മുൻതൂക്കമുള്ള ദേരബഗ്തി ജില്ലയിലായിരുന്നു സംഭവം. രണ്ട് ഗോത്രസഭകൾ തമ്മിലുള്ള തർക്കം പരിഹരിക്കാൻ നാലിനും പതിനാറിനും ഇടയിൽ പ്രായമുള്ള 13 പെൺകുട്ടികളെ ശൈശവ വിവാഹത്തിനായി കൈമാറാൻ തീരുമാനിച്ചു. ദേരബക്തിയിലെ ബഗിരാണി, ഷഹ്‌വാനി എന്നീ ഗോത്രങ്ങൾ തമ്മിലുള്ള പ്രശ്നം പരിഹരിക്കുന്നതിനാണ് 'വാനി' എന്ന ഗോത്രാചാര പ്രകാരം പിഞ്ച് കുഞ്ഞുങ്ങളെ വിവാഹത്തിനായി കൈമാറാൻ തീരുമാനിച്ചത്. ഗോത്രവിഭാഗങ്ങൾ തമ്മിലുള്ള സംഘർഷത്തിനിടെ ഷഹ്‌വാനി വിഭാഗത്തിൽപ്പെട്ട ഒരാൾ കൊല്ലപ്പെട്ടതിന് പകരമായിരുന്നു 13 പെൺകുട്ടികൾ. ഒപ്പം 30 ലക്ഷം രൂപ പിഴയും. ഏവരെയും ഞെട്ടിക്കുന്ന മറ്റൊരു യാഥാർത്ഥ്യം ബലൂചിസ്ഥാൻ പ്രവിശ്യാ ഗവർണറർ മിർ താരിഖ് ബക്തിയുടെ അധ്യക്ഷതയിലാണ് ഇത്തരമൊരു ശിക്ഷ വിധിച്ചത് എന്നതാണ്. പിഴയൊടുക്കേണ്ട ബഗിരാണി ഗോത്രത്തിൽനിന്നും ഒരു യുവാവിനെ മിർ താരിഖിന്റെ അംഗരക്ഷകർ പിടിച്ചുവയ്ക്കുമെന്നും 13 പെൺകുട്ടികളെ നൽകിയതിനുശേഷമേ ഇയാളെ മോചിപ്പിക്കൂ എന്നും ഷഹ്‌വാനി ഗോത്ര തലവൻ ഗുലാം നബി ഷഹ്‌വാനി ഉത്തരവിട്ടു.

ഇതെക്കുറിച്ചുള്ള മാധ്യമ വാർത്തകൾ ശ്രദ്ധയിൽപ്പെട്ട പാകിസ്ഥാൻ സുപ്രീംകോടതി ഈ വിഷയത്തിൽ ഇടപെട്ടു. മിർ താരിഖിന് കോടതി നോട്ടീസ് അയച്ചു. ദേര ബുക്തി ഡെപ്യൂട്ടി കമ്മിഷണറോട് വിശദീകരണം ആവശ്യപ്പെട്ടു. എന്നാൽ മിർ താരിഖ് ഈ ഗോത്രസഭയിൽ പങ്കെടുത്തില്ലെന്നും അന്നേദിവസം അദ്ദേഹം മുൾട്ടാനിൽ ആയിരുന്നുവെന്നും വിശദീകരിച്ച് രക്ഷപ്പെടുത്തുവാനാണ് ബലൂചിസ്ഥാൻ പ്രവിശ്യാ അസംബ്ലിയിലെ മറ്റ് അംഗങ്ങൾ ശ്രമിച്ചത്.

ബലൂചിസ്ഥാനിൽ മാത്രമല്ല ഗോത്ര വിഭാഗങ്ങൾക്ക് മുൻതൂക്കമുള്ള മറ്റ് പ്രവിശ്യകളിലും മനുഷ്യത്വരഹിതമായ ഇത്തരം ക്രൂരതകൾ അരങ്ങേറുന്നുണ്ട്. പല പ്രദേശങ്ങളിലും പല പേരുകളിലാണ് ഇത്തരം പ്രാകൃത ആചാരങ്ങൾ അറിയപ്പെടുന്നതെന്നുമാത്രം. ബലൂചിസ്ഥാനിൽ 'വാനി', 'ലജായ്' എന്നീ പേരുകളാണെങ്കിൽ, ഖൈബർ പഷ്തൂൺഖയിൽ 'സ്വാര' എന്നാണ് അറിയപ്പെടുന്നത്. സിന്ധ് പ്രവിശ്യയിൽ 'സാങ് ചാത്തി' എന്നും. പഞ്ചാബിൽ 'വാനി' എന്ന പേരിലാണ് ഈ ഗോത്രാചാരം അറിയപ്പെടുന്നത്.

ഐക്യരാഷ്ട്ര സഭയുടെ കണക്ക് പ്രകാരം പാകിസ്ഥാനിൽ വിവാഹിതരാകുന്ന 30 ശതമാനം പെൺകുട്ടികളും 18 വയസിൽ താഴെ പ്രായമുള്ളവരാണ്. പാകിസ്ഥാനിലെ കുടുംബാസൂത്രണ സംഘടനയായ 'റഹ്നുമ'യും ഇത് ശരിവയ്ക്കുന്നു. ശൈശവ വിവാഹത്തിനെതിരെ പാകിസ്ഥാനിൽ പ്രവർത്തിക്കുന്ന സർക്കാരിതരസംഘടനകൾ പുറത്തു കൊണ്ടുവന്ന റിപ്പോർട്ടുകൾ ഞെട്ടിപ്പിക്കുന്നതാണ്. ചെറുപ്രായത്തിൽ വിവാഹിതരാകുന്ന മിക്ക പെൺകുട്ടികളും ക്രൂരമായ ബലാത്സംഗത്തിന് ഇരകളാകുന്നു. ഖൈബർ പഷ്തൂൺഖ പ്രവിശ്യയുടെ തലസ്ഥാന നഗരിയായ പെഷവാറിൽ 10 വയസുള്ള ഷഗുഫ്ത എന്ന പെൺകുട്ടിയെ സമപ്രായത്തിലുള്ള ആൺകുട്ടിയെക്കൊണ്ട് വിവാഹം ചെയ്യിച്ചു. വീട്ടുവേലക്കാരിക്ക് പകരമായിരുന്നത്രെ ഈ വിവാഹം. ഖൈബറിലെ പതിനൊന്ന് വയസുകാരിയായ റുക്സാനക്കുണ്ടായത് ഇതിനേക്കാൾ ക്രൂരമായ അനുഭവമാണ്. ഇരുപത് വയസുകാരനാണ് റുക്സാനയെ വിവാഹം ചെയ്തത്. ആദ്യരാത്രി ഭർതൃപിതാവിനൊപ്പം കഴിയേണ്ടിവന്നു ഈ പിഞ്ചുകുഞ്ഞിന്. ഇതിന് നിർബന്ധിച്ചത് ഭർതൃമാതാവായിരുന്നു എന്ന റുക്സാനയുടെ വാക്കുകൾ ഞെട്ടിക്കുന്നതാണ്. ആദ്യരാത്രിയിൽ ഭർതൃപിതാവിനൊപ്പം കഴിയുക എന്നത് അവരുടെ ആചാരമാണെന്നായിരുന്നു ഭർതൃമാതാവ് പറഞ്ഞതത്രെ.

ശൈശവ വിവാഹങ്ങൾ തടയാൻ പാകിസ്ഥാനിൽ നിയമമുണ്ടെങ്കിലും അത് വളരെ ദുർബ്ബലമാണ്. 1929ലെ ശൈശവവിവാഹ നിരോധന നിയമപ്രകാരം ഇത്തരം കേസുകളിൽ കുറ്റക്കാരെന്നു കണ്ടെത്തുന്നവർക്ക് ഒരു മാസം തടവും 1,000രൂപ പിഴയും മാത്രമാണ് ശിക്ഷ. ഭരണകൂടത്തിന്റെ ദുർബ്ബലമായ നടപടികളും ശക്തമായ നിയമത്തിന്റെ അഭാവവും ഗോത്രവർഗ്ഗങ്ങളുടെയും താലിബാന്റെയും ആധിപത്യവുമാണ് ശൈശവ വിവാഹം എന്ന ദുരാചാരം ഇന്നും പാകിസ്ഥാനിൽ നിലനിൽക്കാനുള്ള കാരണങ്ങൾ. താലിബാൻ ശക്തികേന്ദ്രമായ അഫ്ഗാനിസ്ഥാനിലെ സ്ഥിതിയും വ്യത്യസ്തമല്ല.

2009ൽ ആയിഷ മൊഹമ്മദ്സായ് എന്ന അഫ്ഗാൻ പെൺകുട്ടിക്ക് നേരിടേണ്ടിവന്ന യാതനയുടെ കഥ ഒരിക്കലും മറക്കാൻ കഴിയില്ല. പതിനാലാം വയസിൽ നിർബന്ധിത വിവാഹത്തിന് ഇരയായ ഈ പെൺകുട്ടി കൊടിയ പീഡനങ്ങൾ സഹിക്കാൻ കഴിയാതെ പതിനെട്ടാമത്തെ വയസ്സിൽ ഭർതൃവീട്ടിൽ നിന്നും രക്ഷപ്പെട്ടു. എന്നാൽ പോലീസ് പിടികൂടിയ ആയിഷയെ ആദ്യം ജയിലിലിടക്കുകയും പിന്നീട് സ്വന്തം വസതിയിൽ എത്തിക്കുകയും ചെയ്തു. എന്നാൽ തന്റെ വീട്ടിൽ അവൾക്ക് അഭയം ലഭിച്ചില്ല. പിതാവ് തന്നെ അവളെ ഭർതൃവീട്ടിൽ എത്തിച്ചു. പിന്നീടുണ്ടായത് മനുഷ്യ മനഃസാക്ഷിയെ ഞെട്ടിക്കുന്ന കൊടുംക്രൂരതയാണ്. ഭർത്താവും ഭർതൃപിതാവും മറ്റ് ചിലരും ചേർന്ന് അവളെ ഒരു കുന്നിൻ ചെരുവിൽ എത്തിച്ചു. ഒളിച്ച് കടന്നതിന് പ്രതികാരമായി ആയിഷയുടെ മൂക്കും ചെവികളും ഛേദിച്ചു. പിന്നീട് വിജന മായ ആ പ്രദേശത്ത് മരിക്കാനായി ഉപേക്ഷിച്ചു. നിലവിളികേട്ട് എത്തിയ ചില സന്നദ്ധ പ്രവർത്തകരും സൈനികരും ചേർന്നു അവളെ രക്ഷിച്ചു.'ബാദ്' എന്നറിയപ്പെടുന്ന ഗോത്രാചാരപ്രകാരം സ്വന്തം പിതാവ് തന്നെയാണ് ആയിഷയെ പതിനാലാം വയസിൽ താലിബാൻ അംഗമായ ഒരാൾക്ക് വിവാഹം ചെയ്ത് നൽകിയത്. ആയിഷയുടെ കുടുംബത്തിൽപ്പെട്ട ഒരാൾ കൊലപ്പെടുത്തിയ താലിബാൻ അംഗത്തിന് പകരമായിട്ടായിരുന്നു ഈ വിവാഹം.

മൂക്കും, ചെവികളും മുറിച്ച് മാറ്റപ്പെട്ട ആയിഷയുടെ ചിത്രം പ്രശസ്തമായ ടൈം മാസിക കവർ പേജിൽ പ്രസിദ്ധീകരിച്ചപ്പോഴാണ് ഈ സംഭവം പുറംലോകം അറിഞ്ഞത്. ഈ ചിത്രം പകർത്തിയ ആഫ്രിക്കൻ ഫോട്ടോഗ്രാഫർ ജോദി ബീബറിന് 2010 ലെ 'വേൾഡ് പ്രസ്സ് ഫോട്ടോ അവാർഡ്' ലഭിച്ചു. ടൈം മാഗസിൻ ആയിഷയുടെ ദുരന്ത കഥ പ്രസിദ്ധീകരിച്ചതിന് പിന്നാലെ ലോകത്തിന്റെ വിവിധ ഭാഗങ്ങളിൽനിന്നും സഹായ വാഗ്ദാനങ്ങൾ പ്രവഹിച്ചു. അമേരിക്ക സൗജന്യ ചികിത്സ വാഗ്ദാനം ചെയ്തു. പിന്നീട് അമേരിക്കയിലെത്തിച്ച ആയിഷയെ ശസ്ത്ര ക്രിയയിലൂടെ മൂക്കും ചെവികളുമൊക്കെ തുന്നിച്ചേർത്ത് പഴയ രൂപത്തിലാക്കി. പക്ഷെ മൂക്കും ചെവികളും മാത്രമായിരുന്നില്ല തീവ്രവാദികൾ അറുത്ത് മാറ്റിയത്. അവളുടെ മനസിനെയും ഈ സംഭവം ആഴത്തിൽ മുറിപ്പെടുത്തിയിരുന്നു. താളംതെറ്റിയ മനോനില വീണ്ടെടുക്കാൻ ഏറെ നാളത്തെ ചികിത്സവേണ്ടിവന്നു.

ഇത്തരത്തിൽ പുറംലോകം അറിയുന്നതും അറിയപ്പെടാത്തതുമായ നിരവധി സംഭവങ്ങളാണ് ഈ രാജ്യങ്ങളിൽ നടക്കുന്നത്. 2011 ഡിസംബറിൽ അഫ്ഗാനിസ്ഥാനിലെ സാഹർ ഗുൽ എന്ന പതിനഞ്ച് വയസുകാരി

ക്കുണ്ടായ കൊടിയ പീഡനം പോലീസിന്റെ ഇടപെടൽ മൂലമാണ് പുറത്തറിഞ്ഞത്. വേശ്യാവൃത്തിക്ക് വിസമ്മതിച്ചതിനാണ് ഭർതൃവീട്ടുകാർ ഈ പെൺകുട്ടിയെ ക്രൂരമായി മർദ്ദിക്കുകയും ഇരുട്ടറയിൽ പൂട്ടിയിടുകയും ചെയ്തത്. ജീവൻ നിലനിർത്താനാവശ്യമായ ഭക്ഷണം മാത്രം നൽകി അഞ്ച് മാസത്തോളമാണ് സാഹറിനെ അവർ പീഡിപ്പിച്ചത്. അഞ്ച് മാസങ്ങൾക്കുശേഷം പോലീസ് എത്തിയാണ് അവളെ മോചിപ്പിച്ചത്. മർദ്ദനത്തിന്റെയും കൊടിയ പീഡനത്തിന്റെയും പാടുകളും നീരുവന്നു വീർത്തശരീരവുമായി മൃതപ്രായയായ അവളുടെ ചിത്രം കണ്ടു ലോകമനഃസാക്ഷി തന്നെ ഞെട്ടി. ഈ സംഭവത്തിൽ കുറ്റക്കാരായവരെ കോടതി ശിക്ഷിച്ചെങ്കിലും സാഹർ അനുഭവിച്ച പീഢനങ്ങൾക്ക് ആര് ഉത്തരം നല്കും.

ഇത്തരത്തിൽ പൈശാചികമായ നിരവധി സംഭവങ്ങളാണ് ലോകത്തിന്റെ വിവിധ ഭാഗങ്ങളിൽ ഇപ്പോഴും നടക്കുന്നത്. പാകിസ്ഥാനിലും അഫ്ഗാനിസ്ഥാനിലും ആഫ്രിക്കൻ രാജ്യങ്ങൾപോലുള്ള ദരിദ്രമായ പ്രദേശങ്ങളിലും മാത്രമല്ല സാമ്പത്തികമായി മുന്നേറുന്നുവെന്ന് നാം അവകാശപ്പെടുന്ന ഇന്ത്യയിലും ഇത്തരം സംഭവങ്ങൾ ഇന്നും നടമാടുന്നു. ശൈശവ വിവാഹങ്ങളും ബലാത്സംഗങ്ങളും അനുദിനം വർദ്ധിക്കുന്നു. ബലാത്സംഗങ്ങൾ വർദ്ധിക്കുന്നത് തടയാൻ പെൺകുട്ടികൾ ജീൻസുപോലുള്ള ഇറുകിയ വസ്ത്രങ്ങൾ ധരിക്കരുത്, 14 വയസാകുമ്പോൾ പെൺകുട്ടികളെ വിവാഹം ചെയ്യിച്ചയക്കണം എന്നിങ്ങനെ പ്രാകൃതമായ ആശയങ്ങൾ പ്രചരിപ്പിക്കുന്ന രാഷ്ട്രീയ നേതാക്കളുള്ള നാടാണ് ഇന്ത്യ. എന്തിനേറെപ്പറയുന്നു വിദ്യാസമ്പന്നരായ ജനങ്ങൾ തിങ്ങിപ്പാർക്കുന്ന കേരളത്തിൽപ്പോലും പതിനെട്ട് വയസ് തികയുന്നതിന് മുമ്പുള്ള വിവാഹങ്ങൾ ഇന്നും ചില പ്രദേശങ്ങളിൽ നടക്കുന്നു. ഇത്തരം അനാചാരങ്ങൾക്കെതിരെ പൊരുതാൻ പാകിസ്ഥാനിലും അഫ്ഗാനിസ്ഥാനിലും മാത്രമല്ല ഇന്ത്യയിലും മലാലമാർ ജനിക്കേണ്ടിയിരിക്കുന്നു.

പുസ്തക വിരോധികളായ വിദ്യാർത്ഥിക്കൂട്ടം

താലിബ് എന്ന അറബി വാക്കിനർത്ഥം വിദ്യാർത്ഥി എന്നാണ്. തുർക്കി ഭാഷയിലെ ബഹുവചന പര്യായംകൂടി ചേർത്താണ് വിദ്യാർത്ഥികൾ എന്ന അർത്ഥത്തിൽ താലിബാൻ എന്ന വാക്ക് രൂപപ്പെട്ടത്. എന്നാൽ പേരിന് വിപരീതമായ രീതിയിലാണ് പ്രവർത്തനം. അമേരിക്കയുടെ കൂടി സഹായത്തോടെ വളർന്ന സംഘടനയാണ് ഇപ്പോൾ അമേരിക്കക്ക് മാത്രമല്ല ലോകത്തിനുതന്നെ ഭീഷണിയായിരിക്കുന്നത്. പ്രസിഡൻറ് നജീബുള്ളയെ താലിബാൻ കൊലപ്പെടുത്തിയതും അമേരിക്കയുടെ ആശീർവാദത്തോടെയായിരുന്നു. ഗുൽബുദ്ദീൻ ഹിക്മത്യാറിന്റെ നേതൃത്വത്തിലുള്ള ഹിസ്മെ ഇസ്ലാമിയും ബുർഹാനുദ്ദീൻ റബ്ബാനിയുടെ നേതൃത്വത്തിലുള്ള ജംഇയ്യത്തെ ഇസ്ലാമിയുമാണ് അഫ്ഗാനിസ്ഥാനിലെ സോവിയറ്റ് അധിനിവേശത്തിനെതിരെ പ്രധാനമായും പടനയിച്ചത്. സ്വാതന്ത്ര്യസമര പോരാട്ടത്തിൽ പങ്കെടുത്ത് ഈ സംഘടനകളിൽപ്പെട്ട ആയിരങ്ങളാണ് രക്തസാക്ഷികളായത്. സോവിയറ്റ് യൂണിയന്റെ പിന്മാറ്റത്തിന് ശേഷം അധികാരത്തർക്കം രൂക്ഷമായതിനെ തുടർന്ന് സൗദി അറേബ്യ, ഇറാൻ, പാകിസ്ഥാൻ എന്നീ രാജ്യങ്ങളുടെ മധ്യസ്ഥതയിൽ ചർച്ചകൾ നടന്നു. തർക്കങ്ങൾ പരിഹരിച്ച് ഭരണം തുടങ്ങിയെങ്കിലും അസ്വാരസ്യങ്ങൾ മുതലെടുത്ത് അമേരിക്ക രംഗത്തെത്തി. ഈ കാലയളവിൽ രംഗത്തു വന്ന താലിബാൻ എന്ന പുതിയ സംഘത്തെ അമേരിക്ക പിന്തുണച്ചു. അത്യാധുനിക ആയുധങ്ങൾ അവർക്കു പെട്ടെന്നുതന്നെ ലഭ്യമായിതുടങ്ങിയത് അമേരിക്കയുടെ കൂടി സഹായത്തോടെയായിരുന്നു. പിന്നീട് അഫ്ഗാനിസ്ഥാന്റെ ഭരണം പിടിച്ചെടുക്കുന്ന രീതിയിലേക്ക് താലിബാൻ വളർന്നു.

പാകിസ്ഥാനിലും അഫ്ഗാനിസ്ഥാനിലും വേരോട്ടമുള്ള ഈ സംഘടന ഒരു നേതൃത്വത്തിന് കീഴിലല്ലെങ്കിലും സമൂഹത്തിന് വരുത്തുന്ന നാശം സമാനമാണ്. അഫ്ഗാനിസ്ഥാനിൽ താലിബാൻ എന്നാണ് അറിയപ്പെടുന്നതെങ്കിൽ പാകിസ്ഥാനിൽ തെഹ്രീക് ഇ താലിബാൻ എന്നാണ് പേര്. ഈ രണ്ട് ഗ്രൂപ്പുകളോടും ബന്ധമുള്ള ഹക്കാനി ഗ്രൂപ്പും ഇന്ന് ഇരു രാജ്യങ്ങൾക്കും ഭീഷണിയായി മാറിയിരിക്കുന്നു. ചില രാജ്യങ്ങൾ ഒളിഞ്ഞും തെളിഞ്ഞും ഇത്തരം തീവ്രവാദി സംഘങ്ങളെ സഹായിക്കുന്നു എന്നതാണ് യാഥാർഥ്യം. ഇത്തരം ഗ്രൂപ്പുകളുടെ കൈവശമുള്ള അത്യാധുനിക ആയുധങ്ങൾ തന്നെ ഇതിന് ഉദാഹരണം. അഫ്ഗാനിസ്ഥാനിൽ താലിബാന്റെ പ്രധാന വരുമാന സ്രോതസ് മയക്കുമരുന്നു വ്യാപാരമാണ്. അന്താരാഷ്ട്ര മയക്കുമരുന്നു കള്ളക്കടത്തുകാരുടെ പ്രിയപ്പെട്ട ഇനങ്ങളിലൊന്നായ കറുപ്പ് ഏറ്റവും കൂടുതൽ ഉൽപ്പാദിപ്പിക്കുന്ന രാജ്യങ്ങളിൽ ഒന്നാണ് അഫ്ഗാനിസ്ഥാൻ.

അഫ്ഗാനിസ്ഥാനിലെ പ്രമുഖ പണമിടപാട് സ്ഥാപനങ്ങളുടെ ഉടമയായ ഹാജി ഖൈറുള്ള ബറാക്സി താലിബാനെ അകമഴിഞ്ഞ് സഹായിക്കുന്നുണ്ടെന്നും പറയപ്പെടുന്നു. അമേരിക്കൻ ട്രഷറി ഡിപ്പാർട്ട്മെൻറ് പുറത്തുവിട്ട റിപ്പോർട്ടിൽ പറയുന്നത് ഹാജി ഖൈറുള്ള താലിബാന്റെ ബാങ്കറായി പ്രവർത്തിക്കുന്നു എന്നാണ്. അക്ഷരാഭ്യാസമില്ലാത്ത ഒരു ഗ്രാമ ബാലൻ വൻ വ്യവസായിയായ കഥയാണ് ഖൈറുള്ളയുടേത്. സമ്പന്നതയിലേക്കുള്ള ഈ വളർച്ച അതിശയിപ്പിക്കുന്നതാണ്. താലിബാന്റെ മയക്കുമരുന്ന് വ്യാപാരത്തിലും ഇയാൾക്കു പങ്കുള്ളതായി ആരോപിക്കപ്പെടുന്നു.

താലിബാൻ ഉൾപ്പടെയുള്ള തീവ്രവാദി സംഘങ്ങളെ നേരിടാൻ വർഷംതോറും അമേരിക്ക നൂറ് കോടി ഡോളറിലധികം പാകിസ്ഥാന് നൽകുന്നുണ്ട്. എന്നാൽ ഈ തുക ഫലപ്രദമായി വിനിയോഗിക്കപ്പെടുന്നില്ല എന്നതാണ് യാഥാർഥ്യം. അഫ്ഗാനിലെയും പാകിസ്ഥാനിലെയും തീവ്രവാദി ഗ്രൂപ്പുകളെ പാക് ചാര സംഘടനയായ ഐഎസ്ഐ സഹായിക്കുന്നുണ്ട് എന്ന് രേഖകൾ സഹിതം വിക്കിലീക്സ് നടത്തിയ വെളിപ്പെടുത്തൽ ആ രാജ്യത്തിന് മാത്രമല്ല അമേരിക്കക്കു കൂടിയുള്ള മുന്നറിയിപ്പാണ്. കാരണം തീവ്രവാദ വിരുദ്ധ പോരാട്ടത്തിനായി അമേരിക്ക ഒഴുക്കുന്ന പണത്തിന്റെ ഒരുപങ്ക് തീവ്രവാദികളുടെ കൈകളിൽ എത്തുന്നുണ്ട് എന്ന വിലയിരുത്തലുകളും സജീവമാണ്. പാക് ചാരസംഘടന തീവ്രവാദികളെ സഹായിക്കുന്നു എന്ന് അമേരിക്ക തന്നെ പലപ്പോഴും ആരോപിച്ചിട്ടുണ്ട്. ലോകത്തെ തന്നെ ഞെട്ടിച്ച മുംബൈ ആക്രമണത്തിന് പിന്നിൽ ഐ എസ് ഐക്ക് പങ്കുണ്ടായിരുന്നു എന്ന വിവരം തെളിവുകൾ

സഹിതം പുറത്തുവന്നിട്ടും അതു കണ്ടില്ലെന്ന് നടിക്കാനാണ് പാകിസ്ഥാൻ ശ്രമിച്ചത്.

പാകിസ്ഥാനിൽ മാത്രമല്ല താലിബാന് ആഴത്തിൽ വേരോട്ടമുള്ള അഫ്ഗാനിസ്ഥാനിലും പെൺകുട്ടികൾക്ക് വിദ്യാഭ്യാസം നിഷേധിക്കുന്നു. അഫ്ഗാനിസ്ഥാനിൽ താലിബാൻ ഭരണം നടത്തിയ 1996 സെപ്റ്റംബർ മുതൽ 2001 ഡിസംബർ വരെ പെൺകുട്ടികൾ സ്കൂളിൽ പോകുന്നത് തടഞ്ഞിരുന്നു. ഭരണം നഷ്ടമായ ശേഷവും ഈ നിലപാട് താലിബാൻ തുടരുന്നു. സ്കൂളുകളിൽ പോകുന്ന പെൺകുട്ടികളെ ക്രൂരമായി ശിക്ഷിച്ചു. നിരവധി വിദ്യാലയങ്ങൾ തകർത്തു. പെൺ പള്ളിക്കൂടങ്ങൾക്ക് നേരെ വിഷ പ്രയോഗം നടത്തി. 2012 ഏപ്രിൽ ആദ്യം താക്കർ പ്രവിശ്യയിൽ പെൺ കുട്ടികളുടെ സ്കൂളിലെ വാട്ടർ ടാങ്കിൽ വിഷം കലർത്തിയതിനെ തുടർന്ന് 150ഓളം വിദ്യാർത്ഥിനികളാണ് ആശുപത്രിയിലായത്. തൊട്ടടുത്ത മാസവും സമാനമായ സംഭവം ഇതേ പ്രദേശത്തെ മറ്റൊരു സ്കൂളിൽ ഉണ്ടായി. വിഷം കലർന്ന പൗഡർ ക്ലാസ് മുറികളിൽ വിതറുകയായിരുന്നു. വിഷപ്പൊടി ശ്വസിച്ച 120 വിദ്യാർത്ഥികളെയും, മൂന്ന് അദ്ധ്യാപികമാരെയുമാണ് അബോ ധാവസ്ഥയിൽ ആശുപത്രിയിൽ പ്രവേശിപ്പിച്ചത്.

വിദ്യാഭ്യാസം മാത്രമല്ല സംഗീതവും നൃത്തവുമൊക്കെ നിഷിദ്ധമാണ് താലിബാന്റെ കാട്ടുനീതിയിൽ. 2012 ഓഗസ്റ്റിൽ അഫ്ഗാനിസ്ഥാനിലെ കാണ്ഡഹാറിൽ സംഗീത പരിപാടിയിൽ പങ്കെടുത്ത 17 പേരെയാണ് തീവ്രവാദികൾ തലയറുത്ത് അതിക്രൂരമായി കൊലപ്പെടുത്തിയത്. ഹെൽമന്ദ് പ്രവിശ്യയിലെ താലിബാൻ ശക്തികേന്ദ്രമായ മൂസാഖേൽ ജില്ലയിലാണ് ഈ ക്രൂരകൃത്യം നടന്നത്. 2011 നവംബറിൽ അഫ്ഗാനി സ്ഥനിൽ അമ്മയെയും മകളെയും വ്യഭിചാരക്കുറ്റം ചുമത്തി കല്ലെറിഞ്ഞ് മൃതപ്രായരാക്കിയ ശേഷം വെടിവച്ച് കൊന്ന സംഭവം ഏറെ ഒച്ചപ്പാടുണ്ടാക്കിയിരുന്നു. ഇതിനൊക്കെ പുറമെ സാധാരണക്കാർ ഉൾപ്പടെ നിരവധി നിരപരാധികളെയാണ് താലിബാൻ കൊന്നൊടുക്കുന്നത്.

താലിബാന് വേണ്ടി ആയുധമെടുക്കുന്നവർ സ്വന്തം ജീവിതം മാത്രമല്ല അവരുടെ കുടുംബത്തിന്റെ സമാധാനവും കൂടിയാണ് തകർക്കുന്നത് എന്നു തിരിച്ചറിയുന്നില്ല. മലാലക്ക് നേരെ വെടിയുതിർത്ത അത്താഖുള്ള ഖാൻ എന്ന ഇരുപത്തിമൂന്നുകാരന്റെ സഹോദരി റഹാന ഹലീമിന്റെ വാക്കുകൾ ഇത് സാക്ഷ്യപ്പെടുത്തുന്നു. എന്റെ സഹോദരൻ ചെയ്ത തെറ്റിന് ഞാൻ മാപ്പപേക്ഷിക്കുന്നു. അവന്റെ ചെയ്തികൾ കാരണം ഞങ്ങൾക്കെല്ലാം നഷ്ടമായി. അസഹനീയമാണ് അവന്റെ പ്രവൃത്തികൾ. മലാല എന്റെ സഹോദരിയെപോലെയാണ്. എന്റെ കുടുംബത്തോടൊപ്പം ഞാനും മലാലയുടെ കാര്യത്തിൽ ഉത്കണ്ഠപ്പെടുന്നു. പോലീസിന്റെ

നിരന്തരമായ ചോദ്യം ചെയ്യലിന് വിധേയരായ ഈ കുടുംബവും ഇന്ന് കടുത്ത സമ്മർദ്ദത്തിലാണ്. സ്വന്തം സഹോദരൻ ചെയ്ത പ്രവർത്തിക്ക് മാപ്പപേക്ഷിക്കുന്ന അവർ മലാലയുടെ ആരോഗ്യത്തിനായും പ്രാർത്ഥിക്കുന്നു. വിദ്യാർത്ഥികളുടെ പേരിലുള്ള ഒരു സംഘടനയാണ് മനഃസാക്ഷിയെ മരവിപ്പിക്കുന്ന ക്രൂരകൃത്യങ്ങൾ നടത്തുന്നത്. പാഠപുസ്തകങ്ങൾ നെഞ്ചോടു ചേർത്തുമറച്ച് ഭയത്തോടെ സ്കൂളിൽ പോകുന്ന പെൺകുട്ടികളെയാണ് താലിബാൻ സൃഷ്ടിച്ചത്. ഇതിൽ നിന്നുള്ള മോചനത്തിനായാണ് മലാലയുടെ പോരാട്ടം.

○

മലാല ദിനവും നോബേൽ പുരസ്കാരവും

മലാല ദിനം

മലാല നടത്തിയ പോരാട്ടത്തിന് ലഭിച്ച ഏറ്റവും വലിയ അംഗീകാരമാണ് ഈ ദിനം. 2012 ഒക്ടോബർ 9ന് മലാലക്ക് താലിബാനിൽ നിന്നും വെടിയേറ്റ് ഒരുമാസം പിന്നിട്ട നവംബർ 10 നാണ് ആദ്യമായി മലാല ദിനമായി ഐക്യരാഷ്ട്ര സഭയുടെ ആഹ്വാന പ്രകാരം ലോകമെങ്ങും ആചരിച്ചത്. പിന്നീട് മലാലയുടെ ജന്മദിനമായ 2013 ജൂലൈ 12 മലാല ദിനമായി ഐക്യരാഷ്ട്രസഭ പ്രഖ്യാപിച്ചു. തന്റെ പതിനാറാം ജന്മദിനമായ 2013 ജൂലൈ 12 ന് ഐക്യരാഷ്ട്ര സഭയിൽ നടന്ന യുവജനസമ്മേളനത്തെ മലാല അഭിസംബോധന ചെയ്തു. ദിനാചരണം എന്നതിലുപരി ഒരു ലക്ഷ്യത്തിലേക്ക് മുന്നേറാൻ ലോകത്താകമാനമുള്ള കുട്ടികളെ പ്രേരിപ്പിക്കുകയാണ് മലാല ദിനത്തിന്റെ ലക്ഷ്യം. പെൺകുട്ടികളുടെ വിദ്യാഭ്യാസം മാത്രമല്ല പാർശ്വവൽക്കരിക്കപ്പെട്ടവരും നീതി നിഷേധിക്കപ്പെട്ടവരുമായ ലക്ഷക്കണക്കിന് കുട്ടികളെ ജീവിതത്തിലേക്ക് കൈപിടിച്ചുയർത്തുക എന്ന മഹത്തായ ലക്ഷ്യമാണ് ഐക്യരാഷ്ട്രസഭയ്ക്കുള്ളത്. ഈ ഉദ്യമത്തിന് മലാലയുടെ പേര് നൽകിയിരിക്കുന്നു എന്നതും ധീരമായ ആ പോരാട്ടത്തിന് ലഭിച്ച അംഗീകാരമാണ്.

ലോകത്താകമാനം വിദ്യാഭ്യാസം നിഷേധിക്കപ്പെടുന്ന 61 ദശലക്ഷം കുട്ടികളിൽ 32 ദശലക്ഷവും പെൺകുട്ടികളാണെന്നാണ് ഐക്യരാഷ്ട്ര സഭയുടെ കണക്ക്. 115 ദശലക്ഷം കുട്ടികൾ അപകടകരമായ തൊഴിലുകൾ ചെയ്യുന്നു. അംഗവൈകല്യം സംഭവിച്ച 16 ദശലക്ഷത്തോളം കുട്ടികൾക്ക് വിദ്യാഭ്യാസം നേടാൻ സാഹചര്യം ലഭിക്കുന്നില്ല. ഇതിൽ നാലിലൊരു ഭാഗവും അന്ധരായ കുട്ടികളാണെന്നാണ് കണ്ടെത്തൽ. ഇത്തരത്തിൽ 19.2

കോടിയിലധികം കുട്ടികളുടെ ഉന്നമനത്തിനായി ഐക്യരാഷ്ട്രസഭയുടെ ആഗോള വിദ്യാഭ്യാസ വിഭാഗം തുടക്കം കുറിച്ചിരിക്കുന്ന ഉദ്യമത്തിന് ഞാൻ മലാല (I am Malala) എന്ന പേരാണ് നൽകിയിരിക്കുന്നത്. ബ്രിട്ടീഷ് മുൻ പ്രധാനമന്ത്രി ഗോർഡൻ ബ്രൗണാണ് ഈ പദ്ധതിയുടെ പ്രത്യേക ദൂതൻ. മഹത്തായ ഒരു ലക്ഷ്യത്തിനായുള്ള മുന്നേറ്റത്തിന് ശക്തിപകരാനും, കൂടുതൽ പ്രചാരം ലഭിക്കാനും അദ്ദേഹത്തിന്റെ അഭിപ്രായം കൂടി കണക്കിലെടുത്താണ് നവംബർ 10 മലാല ദിനമായി ആചരിക്കാൻ ഐക്യരാഷ്ട്രസഭ തീരുമാനിച്ചത്. ഐക്യരാഷ്ട്രസഭയുടെ ആഗോള വിദ്യാഭ്യാസ വിഭാഗത്തിന്റെ പ്രവർത്തനവും ലക്ഷ്യവുമൊക്കെ വിവരിക്കുന്ന വെബ്സൈറ്റിനും 'I am Malala' (www.iammalala.org) എന്നാണ് പേരു നൽകിയിരിക്കുന്നത്. അങ്ങിനെ, പെൺകുട്ടികളുടെ വിദ്യാഭ്യാസത്തിനും, സ്വാത്തിലെ സമാധാനത്തിനും വേണ്ടി മലാല നടത്തിയ പോരാട്ടം ആഗോളതലത്തിൽ കഷ്ടത അനുഭവിക്കുന്ന, നീതി നിഷേധിക്കപ്പെട്ട കുട്ടികൾക്കായുള്ള പോരാട്ടമായി മാറിയിരിക്കുന്നു. മാത്രമല്ല, മലാലയുടെ പിതാവ് സിയാവുദ്ദീൻ യൂസഫ്സായ്യെ ഐക്യരാഷ്ട്രസഭയുടെ വിദ്യാഭ്യാസ ഉപദേശകനായും നിയമിച്ചു.

മലാല ദിനത്തോടനുബന്ധിച്ചു നടത്തിയ പ്രസംഗത്തിൽ ഐക്യരാഷ്ട്രസഭാ സെക്രട്ടറി ജനറൽ ബാൻകിമൂൺ മലാലയെ വിശേഷിപ്പിച്ചത് ലോകത്താകമാനം വിദ്യാഭ്യാസത്തിനായി പോരാടുന്ന പെൺകുട്ടികളുടെ പ്രതീകം എന്നാണ്. 'മനുഷ്യന്റെ അടിസ്ഥാനപരമായ അവകാശമാണ് വിദ്യാഭ്യാസം. പുരോഗതിയിലേക്കും സഹിഷ്ണുതയിലേക്കുമുള്ള പാതയാണത്. വിദ്യാഭ്യാസത്തിനു വേണ്ടി ഐക്യരാഷ്ട്ര സഭ നടത്തുന്ന പ്രവർത്തനങ്ങളിൽ ലോകജനത പങ്കുചേരണം. മലാലക്കു വേണ്ടി ലോകത്താകമാനമുള്ള പെൺകുട്ടികളും ആൺകുട്ടികളും അണിനിരക്കണം.' മൂൺ പറഞ്ഞു.

2012 ലെ കണക്കുപ്രകാരം പ്രതിവർഷം 300 കോടി ഡോളർ മാത്രമാണ് വിദ്യാഭ്യാസ ഉന്നമനത്തിനായി ആഗോള സഹായം ലഭിക്കുന്നത്. നിരക്ഷരതയും പട്ടിണിയും രൂക്ഷമായ ആഫ്രിക്കൻ രാജ്യങ്ങളിൽ ഇതിൻറെ 12 ശതമാനം മാത്രമേ എത്തുന്നുള്ളു എന്നാണ് കണക്കാക്കുന്നത്. ഇനിയുള്ള ഓരോ വർഷവും ഈ തുക ഉയർത്തി 2015 ആകുമ്പോഴേക്കും എല്ലാ കുട്ടികൾക്കും വിദ്യാഭ്യാസത്തിനാവശ്യാമായ മെച്ചപ്പെട്ട സൗകര്യം ഒരുക്കുകയെന്ന മഹത്തരവും ഭാരിച്ചതുമായ ഉദ്യമത്തിനാണ് ഐക്യരാഷ്ട്രസഭ തുടക്കം കുറിച്ചിരിക്കുന്നത്. ഇതിനായി വളരെ വേഗത്തിലുള്ള നടപടികളുമായി മുന്നോട്ട് പോകുമെന്നാണ് യുഎൻ ഉറപ്പ് നൽകുന്നത്. ഇല്ലെങ്കിൽ മലാലയുടെ ത്യാഗത്തിന് അർത്ഥമില്ലാ

തെപോകുമെന്നും ഐക്യരാഷ്ട്രസഭ കരുതുന്നു.

മലാല ദിനത്തിൽ പത്തുലക്ഷത്തിലധികം പേർ ഒപ്പിട്ട നിവേദനമാണ് യു.എൻ പ്രത്യേക പ്രതിനിധി ഗോർഡൻ ബ്രൗൺ പാകിസ്ഥാൻ പ്രസിഡൻറ് ആസിഫലി സർദ്ദാരിക്ക് സമർപ്പിച്ചത്. മലാലക്ക് പിൻതുണ അർപ്പിച്ചും, പാകിസ്ഥാനിലെ കുട്ടികളുടെ വിദ്യാഭ്യാസ ഉന്നമനം ലക്ഷ്യമിട്ടും തയ്യാറാക്കിയ നിവേദനത്തിൽ ലോകത്താകമാനമുള്ള കുട്ടികളും മുതിർന്നവരും പങ്കാളികളായി. മലാല ദിനത്തിൽ ബ്രൗൺ പറഞ്ഞതിപ്രകാരമാണ്, ധീരയായ മലാലയ്കൊപ്പം ലോകം മുഴുവനുമുണ്ട്. ധീരതയുടെയും പ്രതീക്ഷയുടെയും ആഗോള പ്രതീകമാണ് ഈ പെൺകുട്ടി. ധീരതയിലൂടെ മാത്രം കോടിക്കണക്കിനു ജനങ്ങളുടെ ഹൃദയം കീഴടക്കാൻ ഈ സ്കൂൾകുട്ടിക്കു കഴിഞ്ഞിരിക്കുന്നു. കൂട്ടുകാരി കളോടൊപ്പം നിർഭയമായി സ്കൂളിൽ പോകുന്നതിനെ കുറിച്ചാണ് മലാല സ്വപ്നം കാണുന്നത്.

മലാല ദിനത്തിൽ പാകിസ്ഥാനിൽ മാത്രമല്ല ലോകത്താകമാനം ഐക്യദാർഢ്യ ചടങ്ങുകൾ നടന്നു. മലാല ചികിത്സയിൽ കഴിഞ്ഞ ബർമിങ്ഹാം ആശുപത്രിക്ക് കുറച്ചകലെ നടന്ന ചടങ്ങിൽ ആയിരക്കണക്കി നാളുകളാണ് പങ്കെടുത്തത്. ബ്രീട്ടീഷ് വിദേശകാര്യ സഹമന്ത്രി സയീദ വർസിയുടെ നേതൃത്ത്വത്തിലായിരുന്നു ചടങ്ങ്. ദരിദ്രരായ മുപ്പതു ലക്ഷത്തോളം കുട്ടികൾക്കു സാമ്പത്തിക സഹായം പ്രഖ്യാപിച്ചു കൊണ്ടാണ് പാകിസ്ഥാൻ സർക്കാർ മലാലയോടുള്ള ആദരവു പ്രകടിപ്പിച്ചത്. പ്രൈമറി സ്കൂൾ വിദ്യാർത്ഥികൾക്കായി ബ്രീട്ടീഷ് സർക്കാരിന്റെയും ലോക ബാങ്കിന്റെയും സഹായത്തോടെ ഈ പദ്ധതി നടപ്പാക്കാനാണ് പാക് സർക്കാർ ലക്ഷ്യമിടുന്നത്. ബ്രിട്ടണിലും, പാകിസ്ഥാനിലും മാത്രമല്ല, നിരവധി രാജ്യങ്ങളിൽ മലാലയ്ക്ക് ഐക്യദാർഢ്യം പ്രഖ്യാപിച്ചുകൊണ്ട് സ്കൂൾകുട്ടികൾ ഉൾപ്പടെയുള്ളവർ അണിനിരന്നു. വിദ്യാഭ്യാസത്തിനു വേണ്ടിയുള്ള പോരാട്ടത്തിന്റെയും, സമാധാനത്തിന്റെയും പ്രതീകമാണ് മലാലയെന്നാണ് ഖൈബർ പഷ്തൂൺ മുഖ്യമന്ത്രി അമീർ ഹൈദർഖാൻ ഹോത്തി പ്രകീർത്തിച്ചത്. പാകിസ്ഥാനു മാത്രമല്ല, ലോകത്തിനാകമാനം മലാല വഴിവിളക്കാണെന്നും അദ്ദേഹം തന്റെ സന്ദേശത്തിൽ പറഞ്ഞു.

പാകിസ്ഥാനിലെ പെൺകുട്ടികളുടെ വിദ്യാഭ്യാസത്തിനായുള്ള ബ്രാൻറ് അംബാസഡറായി മലാലയെ നിയമിക്കാനും സർക്കാർ തീരുമാനിച്ചിട്ടുണ്ട്. പാക് വിദ്യാഭ്യാസമന്ത്രി സർദ്ദാർ ഷാജഹാൻ യൂസഫാണ് ഇത് സംബന്ധിച്ച വിവരം പുറത്ത് വിട്ടത്. വിദ്യാഭ്യാസവുമായി ബന്ധപ്പെട്ട് ദില്ലിയിൽ നടന്ന ഒരു യോഗത്തിന് ശേഷമാണ് അദ്ദേഹം

സർക്കാർ തീരുമാനത്തെ കുറിച്ചു വ്യക്തമാക്കിയത്. യാദൃശ്ചികമെന്നോണം ഈ യോഗവും മലാല ദിനത്തിലാണ് നടന്നത്. പാകിസ്ഥാനില അഞ്ചു മുതൽ പതിനാറു വയസ്സുവരെയുള്ള കുട്ടികൾക്കു നിർബന്ധിത സൗജന്യ വിദ്യാഭ്യാസം നൽകാനുള്ള ബിൽ പാസാക്കിയത് മലാല നടത്തിയ പോരാട്ടത്തിനു ശേഷമാണെന്നതും ശ്രദ്ധേയമാണ്. മലാല ദിനത്തിനു രണ്ടു ദിവസങ്ങൾക്കു ശേഷം നവംബർ 13 നാണ് പാകിസ്ഥാൻ നാഷണൽ അസംബ്ലി ആർട്ടിക്കിൾ 25 എ പ്രകാരം ഈ ബിൽ പാസ്സാക്കിയത്. ഇത്തരത്തിൽ പാകിസ്ഥാനിലെ സാമൂഹ്യവും വിദ്യാഭ്യാസപരവുമായ പല മാറ്റങ്ങൾക്കും മലാല കാരണമാകുന്നു എന്നത് നിസാരവൽക്കരിക്കാൻ കഴിയില്ല.

പാകിസ്ഥാനിലുടനീളം 163,000 പ്രൈമറി സ്കൂളുകൾ പ്രവർത്തിക്കുന്നുണ്ടെങ്കിലും ഇതിൽ പെൺകുട്ടികൾക്കു പ്രവേശനമുള്ളത് കാൽ ശതമാനത്തിൽ താഴെ മാത്രം. 14,000 ലോവർ സെക്കന്ററി സ്കൂളുകളും, 10,000 ഹയർ സെക്കന്ററി സ്കൂളുകളും പാകിസ്ഥാനിലുണ്ട്. ഇതിൽ പെൺകുട്ടികൾക്കുള്ള ലോവർ സെക്കന്ററി സ്കൂളുകൾ അയ്യായിരവും, ഹയർ സെക്കന്ററി സ്കൂളുകൾ മൂവായിരവും മാത്രമാണ്. ഉന്നത വിദ്യാഭ്യാസ മേഖലയിൽ പെൺകുട്ടികൾക്കു പ്രവേശനമുള്ള 250 ൽ താഴെ കോളജുകൾ മാത്രമെ പ്രവർത്തിക്കുന്നുള്ളു. വനിതാ മെഡിക്കൽ കോളജുകൾ രണ്ടെണ്ണം മാത്രം. ഇന്ത്യയിൽ 74 ശതമാനമാണ് സാക്ഷരതയെങ്കിൽ പാകിസ്ഥാനിൽ വെറും 46 ശതമാനം. ഇതിൽ സാക്ഷരരായ സ്ത്രീകളുടെ എണ്ണം 26 ശതമാനം മാത്രമാണ്. രാജ്യത്തെ കുട്ടികളിൽ 17.6 ശതമാനവും വിദ്യാഭ്യാസം നേടാൻ അവസരമില്ലാതെ ജോലിചെയ്യേണ്ടി വരുന്നുവെന്നാണ് യുനിസെഫിന്റെ കണക്ക്. ഇതിലധികവും വീട്ടുജോലികൾ ചെയ്യാൻ വിധിക്കപ്പെടുന്നു. വിദ്യാഭ്യാസം നിഷേധിക്കപ്പെടുന്ന, വീടുകളിലെ അകത്തളങ്ങളിൽ ജീവിതം ഹോമിക്കപ്പെടുന്ന പെൺജന്മങ്ങൾക്കുവേണ്ടിയാണ് മാലാലയെപ്പോലുള്ളവർ പോരാടുന്നത്.

ടൈം മാഗസിൻ 2012 ലെ പ്രശസ്ത വ്യക്തികളെ കണ്ടെത്താൻ നടത്തിയ തെരഞ്ഞെടുപ്പിൽ രണ്ടാം സ്ഥാനത്ത് എത്തിയ മലാല പിന്നിലാക്കിയത് ലോക പ്രശസ്തരായ പ്രമുഖരെയാണ്. അമേരിക്കൻ പ്രസിഡൻറ് ബരാക് ഒബായാണ് പെർസൺ ഓഫ് ദി ഇയർ ആയി തെരഞ്ഞെടുക്കപ്പെട്ടതെങ്കിലും, ലോക മാധ്യമങ്ങൾ പ്രാധാന്യത്തോടെ എടുത്തുകാട്ടിയത് മലാലയുടെ രണ്ടാം സ്ഥാനമാണ്. ഈജിപ്ഷ്യൻ പ്രസിഡൻറ് മുഹമ്മദ് മുർസി, ആപ്പിൾ സി.ഇ.ഒ.ടിം കുക്ക്, ഇറ്റാലിയൻ ഭൗതിക ശാസ്ത്രഞ്ജൻ ഫാബിയാലോ ഗിയാനറ്റി എന്നിവരെയാണ് മലാല

അവസാന റൗണ്ടിൽ പിന്നിലാക്കിയത്. അമേരിക്കയിലെ തന്നെ ഫോറിൻ പോളിസി എന്ന മാഗസിൻ പ്രമുഖരായ നൂറു വ്യക്തികളുടെ പട്ടിക തയ്യാറാക്കിയപ്പോൾ മലാലക്ക് ലഭിച്ചത് ആറാം സ്ഥാനമാണ്. ഇവിടെ അമേരിക്കൻ പ്രസിഡൻറ് ഏഴാം സ്ഥാനത്തേക്ക് പിന്തള്ളപ്പെട്ടു. ധീരയായ പെൺകുട്ടി എന്നാണ് ടൈം മാഗസിൻ മലാലയെ വിശേഷിപ്പിച്ചത്. തന്റെ സഹപാഠികളെ മാത്രമല്ല ലോകത്താകമാനമുള്ള പെൺകുട്ടികൾക്കും ധൈര്യം പകരാൻ മലാലക്കു സാധിച്ചുവെന്നും മാഗസിൻ പ്രശംസിച്ചു. വേൾഡ് പീസ് ആൻറ് പ്രോസ്പരിറ്റി ഫൗണ്ടേഷൻറെ ധീരതാ പുരസ്കാരവും മലാലയെത്തേടിയെത്തി. മലാലക്കുവേണ്ടി ലണ്ടനിലെ പാക് ഹൈക്കമ്മിഷണർ സുൽഫിക്കർ ഗർദ്ദേശിയാണ് അവാർഡ് ഏറ്റു വാങ്ങിയത്. ഒടുവിൽ സമാധാനത്തിനുള്ള നോബൽ പുരസ്കാരവും.

2014ലെ സമാധാനത്തിനുള്ള നോബൽ പ്രഖ്യാപിക്കുമ്പോൾ മലാല ബ്രിട്ടണിലെ സ്കൂളിലെ ക്ലാസ്മുറിയിലായിരുന്നു. ലോകത്ത് നോബേൽ ലഭിക്കുന്ന ഏറ്റവും പ്രായം കുറഞ്ഞ വ്യക്തിയായും മലാല മാറി. മലാലക്ക് നോബേൽ നൽകണമെന്ന ആവശ്യം 2013 ന്റെ തുടക്കം മുതൽ തന്നെ വിവിധ കോണുകളിൽ നിന്നും ഉയർന്നിരുന്നു. ഈ ആവശ്യം പാകിസ്ഥാനിലും ബ്രിട്ടണിലും മാത്രമല്ല ഉയർന്നത്. പാക് വംശജയായ ബ്രിട്ടീഷ് വനിത ഷഹീദ ചൗധരിയുടെ നേതൃത്വത്തിൽ www.change.org എന്ന വെബ്സൈറ്റ് വഴി തയ്യാറാക്കിയ നിവേദനത്തിൽ കനേഡിയൻ പ്രധാനമന്ത്രി സ്റ്റീഫൻ ഹാർപ്പർ ഉൾപ്പടെ രണ്ടു ലക്ഷത്തിലധികം പേരാണ് കയ്യൊപ്പു ചാർത്തിയത്. അമേരിക്കൻ മുൻ വിദേശകാര്യ സെക്രട്ടറിമാരായ ഹിലരി ക്ലിൻറൻ, കോണ്ടലീസ റൈസ് എന്നിവരും നിവേദനത്തിൽ പങ്കാളികളായി. മലാല ദിനത്തിൽ ലണ്ടനിൽ സംഘടിപ്പിച്ച ചടങ്ങിൽ ബ്രിട്ടണിലെയും പാകിസ്ഥാനിലെയും പതിനായിരക്കണക്കിനാളുകളാണു പങ്കെടുത്തത്. "മലാല, അവൾക്കുവേണ്ടി മാത്രമല്ല വിദ്യാഭ്യാസം നിഷേധിക്കപ്പെടുന്ന എല്ലാ കുട്ടികൾക്കും വേണ്ടിയാണ് പ്രതികരിച്ചത്" എന്നാണ് ചടങ്ങിനു നേതൃത്വം നൽകിയ ഷഹീദ ചൗധരി പറഞ്ഞത്. മലാലക്കു നൊബേൽ പുരസ്കാരം ലഭിച്ചാൽ അത് ലോകത്താകമാനം വിദ്യാഭ്യാസത്തിനായി പോരാടുന്നവർക്കു പ്രചോദനമാകുമെന്നും ഷഹീദ ചൗധരി വാദിക്കുന്നു. നിവേദനത്തിന്റെ പ്രചരണാർത്ഥം സാമന്ദ ആൻ മ്യൂസിക് തയ്യാറാക്കിയ ആൽബവും ശ്രദ്ധേയമായി. ബ്രിട്ടൺ, കാനഡ എന്നീ രാജ്യങ്ങൾക്കു പുറമെ ഫ്രാൻസ്, സ്പെയ്ൻ എന്നീ രാഷ്ട്രങ്ങളും മലാലക്കു നൊബേൽ പുരസ്കാരം നൽകണമെന്ന ആവശ്യം മുന്നോട്ടു വച്ചു. നൊബേൽ കമ്മിറ്റിയുടെ നിയമപ്രകാരം ഒരു വ്യക്തിയെ പുരസ്കാരത്തിനായി തെരഞ്ഞെടുക്കണമെങ്കിൽ അതാത് രാജ്യത്തെ സർക്കാർ

നാമനിർദ്ദേശം ചെയ്യണം. ഒടുവിൽ പാക് സർക്കാറും മലാലയെ നൊബേൽ പുരസ്കാരത്തിനായി നിർദ്ദേശിച്ചു. എന്നാൽ 2013ൽ അവസാന ഘട്ടം വരെ മലാല പരിഗണനിയിൽ ഉണ്ടായിരുന്നെങ്കിലും നിരാശയായിരുന്നു ഫലം. എന്നാൽ മലാല എന്ന പെൺകുട്ടിയെ ഇതൊന്നും നിരാശപ്പെടുത്തിയല്ല. പഠനവും വായനയും സാമൂഹ്യ പ്രവർത്തനവുമൊക്കെയായി മലാല തന്റെ കർമ്മം തുടർന്നു. ഒടുവിൽ 2014ൽ നോബേൽ പുരസ്കാരം ലഭിക്കുമ്പോഴും വിനയാന്വിതയായി; "ലോകത്തെ അശരണരും നിരാലംബരുമായ കുട്ടികൾക്ക് ഞാനീ പുരസ്കാരം സമർപ്പിക്കുന്നു."

പ്രകീർത്തനങ്ങൾക്കിടെ ചില എതിർസ്വരങ്ങളും ഉയർന്നു എന്നതും പരാമർശിക്കേണ്ടിയിരിക്കുന്നു. മലാലയുടെ ജന്മദേശമായ സ്വാത്തിൽ പെൺകുട്ടികളുടെ ഭാഗത്തുനിന്നും എതിർപ്പുയർന്നത് അപ്രതീക്ഷിതമായിരുന്നു. ഈ എതിർപ്പുകൾക്കു കാരണമായതും താലിബാനെ കുറിച്ചുള്ള ഭയമായിരുന്നു എന്നതാണ് ശ്രദ്ധേയം. 1800 ഓളം വിദ്യാർത്ഥിനികൾ പഠിക്കുന്ന സ്വാത്തിലെ സെയ്ദു ഷെരിഫ് ഗേൾസ് കോളേജിന് മലാലയുടെ പേരു നല്കിയതാണ് ഭയത്തിനും എതിർപ്പിനും ഇടയാക്കിയത്. 'ഗവൺമെന്റ് പിജി മലാല യൂസഫ്സായ്' എന്നാലേഖനം ചെയ്ത ബോർഡും മലാലയുടെ ചിത്രങ്ങളും നീക്കം ചെയ്യണമെന്നാവശ്യപ്പെട്ടാണ് വിദ്യാർത്ഥിനികൾ രംഗത്തെത്തിയത്. മലാലയുടെ പേര് നിലനിർത്തിയതാൽ താലിബാൻ എല്ലാം തകർത്തെറിയുമെന്ന് ഇവർ ഭയപ്പെട്ടു. പാകിസ്ഥാൻ ആഭ്യന്തര മന്ത്രി റഹ്മാൻ മാലിക് ഇവിടെ ഒരു ചടങ്ങിൽ പങ്കെടുക്കാനെത്തിയപ്പോഴാണ് കോളേജിനു മലാലയുടെ പേര് നല്കുന്നതിനെ കുറിച്ച് വിദ്യാർത്ഥിനികളുടെ അഭിപ്രായം ആരാഞ്ഞത്. അന്ന് കൈയടിച്ചു സ്വീകരിച്ചവരാണ് പിന്നീട് എതിർപ്പുമായി രംഗത്തെത്തിയത്. എന്നാൽ നിർഭയമായി വിദ്യാലയങ്ങളിൽ പോകാനുള്ള സാഹചര്യമില്ലാത്തിടത്തോളം ഇത്തരം പ്രതികരണങ്ങൾ സ്വാഭാവികമാണ്. വിദ്യാർത്ഥിനികളുടെ പ്രതികരണത്തിന്റെ പൊരുൾ മറ്റാരെക്കാളും മലാലക്ക് ഉൾക്കൊള്ളാൻ സാധിക്കും. അതിനാലാണ് ഇതറിഞ്ഞയുടൻ തന്റെ പേര് എത്രയും വേഗം നീക്കം ചെയ്യണമെന്ന് മലാല ആവശ്യപ്പെട്ടത്. ബ്രിട്ടണിലെ ആശുപത്രിയിൽ നിന്നും സ്വാത്ത് കോ-ഓഡിനേഷൻ ഓഫീസർ ക്രമാൻ റഹ്മാൻ ഖാനെ ഫോണിൽ വിളിച്ചാണ് മലാല ഈ ആവശ്യം അറിയിച്ചത്.

അതേസമയം മലാല സംഭവം ഉയർത്തിക്കാട്ടി പാശ്ചാത്യ മാധ്യമങ്ങൾ മുതലെടുപ്പിനു ശ്രമിക്കുന്നു എന്ന അഭിപ്രായവും ശക്തമാണ്. മലാലയെ താലിബാന്റെ കണ്ണിലെ കരടാക്കി മാറ്റുവാനുള്ള ആസൂത്രിത ശ്രമം നടന്നതായും ചില കോണുകളിൽ നിന്നും അഭിപ്രായം ഉയർന്നിട്ടുണ്ട്. പ്രശസ്ത കോളമിസ്റ്റായ സഖി ഖാലിദും ഇത്തരമൊരു നിരീക്ഷണം

മുന്നോട്ടു വയ്ക്കുകയുണ്ടായി. വിദ്യാഭ്യാസ നിഷേധത്തിന്റെ ഇരയായി മലാലയെ ഉയർത്തിക്കാട്ടാൻ അന്താരാഷ്ട്ര മാധ്യമങ്ങൾ മത്സരിക്കുന്നതായും ഇവർ ആരോപിക്കുന്നു. അമേരിക്കയുടെ പൈലറ്റില്ലാ വിമാനങ്ങൾ പാക് മണ്ണിൽ തീവ്രവാദ വേട്ടയുടെ പേരിൽ നടത്തുന്ന മിസൈലാക്രമണങ്ങളിൽ കൊല്ലപ്പെടുന്ന കുട്ടികൾ ഉൾപ്പടെയുള്ള നിരപരാധികൾക്കായി എന്തുകൊണ്ട് ഇവർ ശബ്ദമുയർത്തുന്നില്ല എന്ന ചോദ്യവും പ്രസക്തമാണ്. എന്നാൽ ഇത്തരം വാദമുഖങ്ങളുയർത്തി മലാലയുടെ പോരാട്ടത്തെ കുറച്ചുകാട്ടാനും കഴിയില്ല.

അഭിമുഖം

(സി.എൻ.എൻ. ഇസ്‌ലാമാബാദ് ലേഖകൻ റേസ സായ (Reza Sayah) മലാലയുമായി നടത്തിയ അഭിമുഖത്തിൽ നിന്ന്.)

റേസ: സ്വന്തം ജീവിതം അപകടപ്പെടുത്തി കൊണ്ട് സാഹസിക മായി എന്തിനുവേണ്ടിയാണ് നീ നിന്റെ ശബ്ദമുയർത്തുന്നത്?

മലാല: ഇപ്പോൾ ശബ്ദമുയർത്തിയില്ലെങ്കിൽ, പിന്നെ ഞാൻ എപ്പോഴാണ് ശബ്ദമുയർത്തുക?

റേസ: നിനക്ക് 14 വയസ്സു മാത്രമെ ആയിട്ടുള്ളു, അതിനാൽ ഇത്തരത്തിലുള്ള സാഹസിക പ്രവൃത്തി ഏറ്റെടുക്കുവാനുള്ള അവകാശം നിനക്കില്ലെന്ന് ചിലപ്പോൾ ചിലർ പറഞ്ഞേക്കാം?

മലാല: എനിക്കവകാശമുണ്ട്... എനിക്കു പഠിക്കാനുള്ള അവകാശ മുണ്ട്, പറയാനുള്ള അവകാശമുണ്ട്, പാടാനുള്ള അവകാശമുണ്ട്, മാർക്കറ്റിൽ പോകാനും തുറന്നു സംസാരിക്കാനുമുള്ള അവകാശമുണ്ട്.

റേസ: ഈ ഉപദേശം ഒരു പെൺകുട്ടിക്കു നൽകുമ്പോൾ, അവൾ, 'മലാല എനിക്ക് നിന്റെയത്ര ധൈര്യമില്ല അതുകൊണ്ട് ഞാൻ വീട്ടിൽത്തന്നെ കഴിഞ്ഞോളാം എന്ന് പറയുകയാണ്. അപ്പോൾ അവളോട് നീ എന്തു പറയും?'

മലാല: ഞാനപ്പോൾ അവളോട് പറയും, 'നീ വീട്ടിൽത്തന്നെ കഴിയരുത്. എന്തെന്നാൽ, വിധിന്യായ ദിവസം ദൈവം നിന്നോട് ചോദിക്കും ജനങ്ങൾക്കു നിന്നെ ആവശ്യമുള്ളപ്പോൾ, കൂട്ടുകാരും, സ്കൂളും നിന്നെ ആവശ്യപ്പെട്ടപ്പോൾ നീ എവിടെയായിരുന്നുവെന്ന്? ജനങ്ങൾക്കു 'നിന്നെ ആവശ്യമുള്ളപ്പോൾ നീ മുന്നോട്ടു വരണം... അവർക്കുവേണ്ടി നീ നിലകൊള്ളണം'

റേസ: രാജ്യത്തിന്റെ പ്രസിഡന്റായാൽ താലിബാനെ എങ്ങിനെ യാവും കൈകാര്യം ചെയ്യുക?

മലാല: എന്റെ രാജ്യത്ത് ആദ്യം ഞാൻ നിരവധി സ്കൂളുകൾ പണിയും, കാരണം വിദ്യാഭ്യാസത്തിനാണ് ആദ്യ പരിഗണന നൽകേണ്ടത്. വിദ്യാഭ്യാസം നേടേണ്ടത് അനിവാര്യമാണ്. നിങ്ങൾ വിദ്യാഭ്യാസം നേടിയില്ലെങ്കിൽ താലിബാൻ അവിടെ വേരുറപ്പിക്കും. എന്നാൽ, നിങ്ങൾ വിദ്യാസമ്പന്നരാണെങ്കിൽ അവിടേക്കു അവർ വരില്ല.

റേസ: വിദ്യാഭ്യാസം ഉണ്ടെങ്കിലും ഇല്ലെങ്കിലും താലിബാൻ ആയുധങ്ങളുമായി വരും. അപ്പോൾ എങ്ങനെ അവരെ കൈകാര്യം ചെയ്യും. നീ അവരോട് സംസാരിക്കുമോ? അതോ സൈന്യത്തെ വിളിക്കുമോ?

മലാല: ആദ്യം ഞാനവരോട് സംസാരിക്കും.

റേസ: എന്ത് സംസാരിക്കും?

മലാല: ഞാനവരോട് ചോദിക്കും... എന്തൊക്കെയാണ് നിങ്ങളുടെ ആവശ്യങ്ങൾ? എന്താണ് നിങ്ങൾക്കുവേണ്ടത്?

റേസ: അവർ ആവശ്യപ്പെടുകയാണ്, സ്കൂളുകളെല്ലാം അടച്ചുപൂട്ടണം. അപ്പോൾ എന്ത് പറയും?

മലാല: ഞാനവരോട് പറയും... സ്കൂളുകൾ അടപ്പിക്കരുത്... കാരണം സ്കൂളുകൾ. ഞാൻ... ഞാൻ...

റേസ: സ്കൂളുകൾ അടപ്പിക്കുന്നത് സംബന്ധിച്ച ചോദ്യത്തിന് കൃത്യമായ ഉത്തരം നൽകാൻ നിനക്ക് കഴിയുന്നില്ല.. കാരണം നിനക്ക് 14 വയസുമാത്രമേ ആയിട്ടുള്ളൂ...

മലാല: ഒരു നിമിഷം തരൂ... ഞാൻ... ഞാനാദ്യം അവരെ ഖുർ ആൻ എടുത്തുകാണിക്കും... എന്നിട്ട് ഞാനവരോട് പറയും, പെൺകുട്ടികൾ സ്കൂളിൽ പോകരുതെന്ന് ഖുർ ആനിൽ എവിടെയും പറയുന്നില്ല.

പ്രസംഗങ്ങളിൽനിന്ന്

(2013 ജൂലൈ 12ന് തന്റെ പതിനാറാം ജന്മദിനത്തിൽ ഐക്യരാഷ്ട്രസഭാ യുവജന സമ്മേളനത്തിൽ മലാല നടത്തിയ പ്രസംഗത്തിന്റെ പൂർണരൂപം)

ബിസ്മില്ലാഹി റഹ്മാനുൾറഹീം..

ബഹുമാനപ്പെട്ട ഐക്യരാഷ്ട്രസഭാ സെക്രട്ടറി ജനറൽ ബാൻകിമൂൺ, ആഗോള വിദ്യാഭ്യാസവുമായി ബന്ധപ്പെട്ട യുഎൻ പ്രത്യേക പ്രതിനിധി ഗോർഡൺ ബ്രൗൺ, വേദിയിലുള്ള മുതിർന്നവരെ, പ്രിയപ്പെട്ട സഹോദരീ സഹോദരന്മാരെ..

അസലാമു അലൈക്കും...

ഏറെ നാളുകൾക്ക് ശേഷം ഇന്നെനിക്ക് സംസാരിക്കുവാനുള്ള അവസരം ലഭിച്ചിരിക്കുന്നു. ബഹുമാന്യരായ മഹത് വ്യക്തികൾക്ക് മുന്നിൽ സംസാരിക്കാൻ ലഭിച്ച ഈ അവസരം എന്റെ ജീവിതത്തിലെ ഏറ്റവും ശ്രേഷ്ഠമായ നിമിഷങ്ങളായി ഞാൻ കരുതുന്നു.

അന്തരിച്ച ബേനസീർ ഭൂട്ടോയുടെ ഷാൾ ധരിച്ചുകൊണ്ടാണ് ഞാൻ നിങ്ങളുടെ മുന്നിൽ നിൽക്കുന്നതെന്ന് പറയാൻ എനിക്ക് അഭിമാനമുണ്ട്. എന്റെ പ്രഭാഷണം എവിടെയാണ് തുടങ്ങേണ്ടത് എന്നെനിക്കറിയില്ല. ജനങ്ങൾ എന്താണ് എന്റെ പ്രസംഗത്തിൽ നിന്നും പ്രതീക്ഷിക്കുന്നത് എന്നും എനിക്കറിയില്ല. ഒന്നുമാത്രമറിയാം ദൈവത്തിന് നന്ദി പറയാതെ എനിക്ക് തുടങ്ങാൻ കഴിയില്ല എന്ന്. നമ്മൾ എല്ലാവരെയും തുല്യരായി കാണുന്ന ഈശ്വരനോടും പുതിയ ജീവിതത്തിലേക്ക് പെട്ടെന്ന് മടങ്ങിയെത്താൻ എനിക്ക് വേണ്ടി പ്രാർത്ഥിച്ച എല്ലാവർക്കും ഞാൻ ഹൃദയപൂർവ്വം നന്ദി പറയുന്നു. ജനങ്ങൾ എന്നോട് കാണിക്കുന്ന ഈ സ്നേഹം എനിക്ക് വിശ്വസിക്കാൻ കഴിയുന്നില്ല. ലോകത്തിന്റെ പല ഭാഗങ്ങളിൽ നിന്ന് ആയിരക്കണക്കിന് ആശംസകളും സമ്മാനങ്ങളുമാണ് എനിക്ക് ലഭിച്ചത്. അവർക്കെല്ലാം ഞാൻ നന്ദി പറയുന്നു. നിഷ്കളങ്കമായ വാക്കുകൾകൊണ്ട് എനിക്ക് ധൈര്യം പകർന്ന കൊച്ചുകുട്ടുകാർക്ക് നന്ദി

അറിയിക്കുന്നു. എനിക്ക് ശക്തിപകരാൻ പ്രാർത്ഥിച്ച മുതിർന്നവർക്കും നന്ദി. എന്നെ ചികിത്സിച്ച പാകിസ്ഥാനിലെയും യു.കെ.യിലെയും ഡോക്ടർ മാർക്കും നഴ്സുമാർക്കും, ചികിത്സക്കായി എല്ലാസഹായവും നൽകിയ യു.എ.ഇ. സർക്കാരിനും നന്ദി പറയുന്നു.

അഗോളതലത്തിലെ വിദ്യാഭ്യാസ ഉന്നമനത്തിനായി പ്രവർത്തിക്കുന്ന ഐക്യരാഷ്ട്രസഭാ സെക്രട്ടറി ജനറൽ ബാൻകിമൂൺ, ആഗോള വിദ്യാഭ്യാസവുമായി ബന്ധപ്പെട്ട യുഎൻ പ്രത്യേക പ്രതിനിധി ഗോർഡൺ ബ്രൗൺ, യുഎൻ പൊതുസഭയുടെ പ്രസിഡന്റ് എന്നിവർക്ക് എന്റെ എല്ലാ പിന്തുണയും അറിയിക്കുന്നു. ഈ പ്രവർത്തനങ്ങൾക്ക് നേതൃത്വം നൽകുന്നവരോട് ഞാനടക്കം ലോകത്തിലെ എല്ലാ കുട്ടികളും കടപ്പെട്ടിരിക്കുന്നു.

പ്രിയപ്പെട്ട സഹോദരീ സഹോദരൻമാരെ...

ഒരു കാര്യം നിങ്ങൾ ഓർക്കണം മലാല ദിനം എന്റെ ദിനമല്ല. സ്വന്തം അവകാശങ്ങൾക്കായി ശബ്ദമുയർത്തുന്ന ഓരോ സ്ത്രീയുടെയും, ഓരോ ആൺകുട്ടിയുടെയും, ഓരോ പെൺകുട്ടിയുടെയും ദിനമാണ്. നൂറു കണക്കിന് മനുഷ്യാവകാശ പ്രവർത്തകരും സാമൂഹ്യ പ്രവർത്തകരും അവകാശങ്ങൾക്കായി ശബ്ദമുയർത്തുക മാത്രമല്ല ചെയ്യുന്നത്. വിദ്യാഭ്യാസം, സമത്വം, സമാധാനം എന്നീ ലക്ഷ്യങ്ങൾക്കായി പോരാടുക യാണ് അവർ ചെയ്യുന്നത്. ഇവ നമ്മുടെ അവകാശമാണ്.

തീവ്രവാദി ആക്രമണങ്ങളിൽ ആയിരക്കണക്കിനാളുകൾ കൊല്ല പ്പെടുന്നു. ലക്ഷക്കണക്കിനാളികൾക്ക് പരിക്കേൽക്കുന്നു. അവരിൽ ഒരാൾ മാത്രമാണ് ഞാൻ. ഇന്നിവിടെ ഞാൻ നിൽക്കുന്നത് എനിക്ക് വേണ്ടി മാത്രമല്ല. നിരവധി പേർക്ക് വേണ്ടിയാണ്. ഞാൻ സംസാരിക്കുന്നത് എനിക്ക് വേണ്ടിയല്ല. ശബ്ദമുയർത്താൻ കഴിയാത്ത ആയിരങ്ങൾക്ക് വേണ്ടിയാണ് ഞാൻ സംസാരിക്കുന്നത്. അവകാശങ്ങൾ നേടിയെടുക്കാൻ വേണ്ടിയാണ് ഈ പോരാട്ടം. സമാധാനത്തോടെ ജീവിക്കുക എന്നത് അവരുടെ അവകാ ശമാണ്. വിദ്യാഭ്യാസം നേടുന്നതിനും അഭിമാനത്തോടെ ജീവിക്കുന്നതിനും അവകാശങ്ങൾ നേടിയെടുക്കുന്നതിനുമാണ് നാം പോരാടുന്നത്. സമനീതിയും, അവസരങ്ങളും അവർക്കും അർഹതപ്പെട്ടതാണ്.

പ്രിയപ്പെട്ട കൂട്ടുകാരെ..

2012 ഒക്ടോബർ 9ന് താലിബാൻ എന്റെ ശിരസിന്റെ ഇടത്ഭാഗത്തേക്ക് വെടിയുതിർത്തു. എന്റെ സുഹൃത്തുക്കൾക്കും വെടിയേറ്റു. ഞങ്ങളെ നിശ്ശബ്ദരാക്കുകയായിരുന്നു അവരുടെ ലക്ഷ്യം. എന്നാൽ അവർ പരാജയപ്പെട്ടു. ഈ സംഭവത്തിന് ശേഷം നിശ്ശബ്ദത വെടിഞ്ഞ് ആയിരങ്ങൾ

ശബ്ദമുയർത്തി. ആ ദിവസം എന്റെ ലക്ഷ്യങ്ങൾ മാറുമെന്നും പ്രതീക്ഷകൾ അവസാനിക്കുമെന്നാണ് തീവ്രവാദികൾ കരുതിയത്. എന്നാൽ അവർക്ക് തെറ്റി. എന്റെ ജീവിതത്തിൽ മാറ്റം വരുത്താൻ അവർക്ക് കഴിഞ്ഞില്ല. അന്നത്തെ സംഭവം എന്റെ ജീവിതത്തിൽ വരുത്തിയ മാറ്റം ഇത് മാത്രമാണ്, ദൗർബല്യങ്ങൾ, ഭയം, നിരാശ എന്നിവ എന്നിൽ മരിച്ചു. പകരം കരുത്തും ധൈര്യവും ആത്മവിശ്വാസവും ജനിച്ചു. ഞാൻ പഴയ മലാല തന്നെയാണ്. എന്റെ ലക്ഷ്യങ്ങളും പ്രതീക്ഷകളും സ്വപ്നങ്ങളും മാറിയിട്ടില്ല.

പ്രിയപ്പെട്ട സഹോദരി സഹോദരൻമാരെ..

ഞാൻ ആർക്കും എതിരല്ല. താലിബാനോ മറ്റേതെങ്കിലും തീവ്രവാദി സംഘടനകൾക്കോ എതിരെ വ്യക്തിവിരോധം തീർക്കുന്ന രീതിയിൽ സംസാരിക്കാനല്ല ഞാനിവിടെ നിൽക്കുന്നത്. വിദ്യാഭ്യാസം നേടാനുള്ള എല്ലാ കുട്ടികളുടെയും അവകാശങ്ങൾക്ക് വേണ്ടി സംസാരിക്കുവാനാണ് ഞാനിവിടെ എത്തിയത്. താലിബാൻ ഉൾപ്പടെ എല്ലാ തീവ്രവാദി ഗ്രൂപ്പുകളിൽപ്പെട്ടവരുടെയും കുട്ടികൾക്ക് വിദ്യാഭ്യാസം നൽകണമെന്നാണ് എന്റെ ആഗ്രഹം. എനിക്ക് നേരെ വെടിയുതിർത്തവരോട് എനിക്ക് പ്രതികാര മില്ല. എന്റെ കൈയിൽ തോക്ക് നൽകിയിട്ട് എന്നെ വെടിവച്ച താലിബാൻ സേനാ അംഗത്തെ എന്റെ മുന്നിൽ നിർത്തിയാലും ഞാൻ പ്രതികാരം ചെയ്യില്ല. കാരണം, കരുണയുടെ പ്രവാചകരായ മുഹമ്മദ് നബിയിൽ നിന്നും യേശു ക്രിസ്തുവിൽ നിന്നും ബുദ്ധനിൽ നിന്നും ഞാൻ പഠിച്ചത് സ്നേഹത്തിന്റെയും ദയയുടെയും പാഠങ്ങളാണ്. മാർട്ടിൻ ലൂഥർകിങിൽ നിന്നും നെൽസൺ മണ്ടേലയിൽ നിന്നും മുഹമ്മദലി ജിന്നയിൽ നിന്നും എനിക്ക് പകർന്ന് കിട്ടിയതും അതുതന്നെയാണ്. അക്രമ രാഹിത്യത്തിന്റെ ഈ തത്വം ഞാൻ പഠിച്ചത് ഗാന്ധിജിയിൽ നിന്നും ബച്ചാഖാനിൽ നിന്നും മദർ തെരേസയിൽ നിന്നുമാണ്. ഈ ക്ഷമാശീലം ഞാൻ പഠിച്ചത് എന്റെ മാതാപിതാക്കളിൽ നിന്നുമാണ്. അതെ കൂട്ടുകാരെ, ശാന്തമായിരിക്കാനും എല്ലാവരെയും സ്നേഹിക്കാനുമാണ് എന്റെ മനസ്സ് എന്നോട് പറയുന്നത്.

പ്രിയപ്പെട്ട സഹോദരി സഹോദരൻമാരെ..

നമ്മൾ ഇരുട്ടിലാകുമ്പോഴാണ് വെളിച്ചത്തിന്റെ വില മനസി ലാകുന്നത്, നമ്മൾ നിശബ്ദരാകുമ്പോഴാണ് ശബ്ദത്തിന്റെ പ്രാധാന്യം മനസിലാകുന്നത്. അതുപോലെതന്നെയായിരുന്നു ഞങ്ങൾക്ക് സ്വാത്തിലെ ജീവിതവും. തോക്കുകൾക്കും വെടിയുണ്ടകൾക്കും മുന്നിൽ ജീവിച്ച പ്പോഴാണ് പേനയുടെയും പുസ്തകങ്ങളുടെയും വില തിരിച്ചറിഞ്ഞത്. വാളിനെക്കാളും മൂർച്ഛയുള്ള ആയുധമാണ് പേനയെന്ന് അപ്പോഴാണ് എനിക്ക് മനസിലായത്.

താലിബാന് പേനയെ പേടിയാണ്, വിദ്യാഭ്യാസത്തിന്റെ ശക്തിയെ അവർ പേടിക്കുന്നു. അവർ സ്ത്രീകളെ പേടിക്കുന്നു. അവരുടെ ശബ്ദത്തെ തീവ്രവാദികൾ ഭയക്കുന്നു. അതുകൊണ്ടാണ് പതിനാല് പാവം കുട്ടികളെയും അധ്യാപികമാരെയും തീവ്രവാദികൾ കൊന്നൊടുക്കിയത്. അവർ സമത്വത്തെയും സമാധാനത്തെയും ഭയക്കുന്നതുകൊണ്ടാണ് ഓരോ ദിവസവും വിദ്യാലയങ്ങൾ തകർക്കുന്നത്. വിദ്യാഭ്യാസം സമൂഹത്തിന് നൽകുന്ന സ്വതന്ത്ര ചിന്തയുടെയും സമത്വത്തിന്റെയും വെളിച്ചത്തെ അവർ ഏറെ ഭയപ്പെടുന്നു.

ഒരു ദിവസം ഒരു മാധ്യമ പ്രവർത്തകൻ ഞങ്ങളുടെ സ്കൂളിലുള്ള ഒരു കുട്ടിയോട് ചോദിച്ചു. എന്തിനാണ് താലിബാൻ വിദ്യാഭ്യാസത്തെ എതിർക്കുന്നത്? എന്ന്. അപ്പോൾ അവൻ ഒരു പുസ്തകമെടുത്ത് അദ്ദേഹത്തെ കാണിച്ച് പറഞ്ഞു, ഒരു തീവ്രവാദിക്ക് എന്താണ് ഈ പുസ്തകത്തിൽ ഉള്ളത് എന്നറിയില്ല.

ശരിയാണ്, സ്കൂളിൽ പോകുന്നുവെന്ന ഒറ്റക്കാരണത്താൽ കുട്ടികൾക്ക് നേരെ തോക്ക് ചൂണ്ടാൻ മടിക്കാത്ത ഇടുങ്ങിയ മനസും ചിന്തയുമുള്ളയാളാണ് ദൈവമെന്ന് അവർ കരുതുന്നു. അവർ ഇസ്ലാമിനെ അവരുടെ ആവശ്യങ്ങൾക്ക് വേണ്ടി അനാവശ്യമായി ഉപയോഗിക്കുകയാണ്. പാകിസ്ഥാൻ സമാധാനം ആഗ്രഹിക്കുന്ന ജനാധിപത്യ രാജ്യമാണ്. അതുപോലെ തന്നെ ഇസ്ലാം സഹവർത്തിത്വത്തിന്റെയും സമാധാനത്തിന്റെയും മതമാണ്. വിദ്യാഭ്യാസം നേടുക എന്നത് ഓരോ കുട്ടിയുടെയും അവകാശവും ഉത്തരവാദിത്തവുമാണെന്നാണ് ഇസ്ലാം പറയുന്നത്.

ബഹുമാനപ്പെട്ട സെക്രട്ടറി ജനറൽ,

വിദ്യാഭ്യാസത്തിന് ശാന്തിയും സമാധാനവും അത്യാവശ്യമാണ്. സമാധാനമില്ലാത്ത ഒരു നാട്ടിലും കുട്ടികൾക്ക് വിദ്യാഭ്യാസം ലഭിക്കില്ല. ലോകത്തിന്റെ പല ഭാഗങ്ങളിൽ പ്രത്യേകിച്ചും പാകിസ്ഥാനിലും അഫ്ഗാനിസ്ഥാനിലും വിദ്യാഭ്യാസത്തിന് എതിരായി അക്രമങ്ങൾ നടക്കുകയാണ്. ഈ അക്രമങ്ങൾ കുട്ടികളെ സ്കൂളുകളിൽ നിന്ന് അകറ്റുന്നു. ഹൃദയത്തിൽ കൈവച്ച് കുട്ടികൾ പറയട്ടെ, ഈ യുദ്ധം കണ്ട് ഞങ്ങൾക്ക് മടുത്തിരിക്കുന്നു. ലോകത്തിന്റെ പല പ്രദേശങ്ങളിലും സ്ത്രീകളും കുട്ടികളും സംഘർഷം മൂലം നിരവധി യാതനകളാണ് അനുഭവിക്കുന്നത്. ഇന്ത്യയിൽ നിരവധി കുഞ്ഞുങ്ങൾ അടിമപ്പണിക്ക് ഇരകളാകുന്നു. നൈജീരിയയിൽ സ്കൂളുകൾ നശിപ്പിക്കപ്പെടുകയാണ്. അഫ്ഗാനിസ്ഥാനിൽ പെൺകുട്ടികൾ മറ്റ് വീടുകളിൽ പോയി ജോലിചെയ്യാൻ നിർബന്ധിതരാകുന്നു. അവർ ശൈശവ വിവാഹത്തിനും നിർബന്ധിതരാകുന്നു.

ദാരിദ്ര്യവും അവകാശങ്ങൾ നിഷേധിക്കലുമാണ് ഇന്ന് സ്ത്രീകളും പുരുഷൻമാരും ഒരുപോലെ അനുഭവിക്കുന്ന പ്രശ്നങ്ങൾ.

പ്രിയപ്പെട്ടവരെ..

ലോകത്താകമാനമുള്ള സ്ത്രീകൾക്കും കുട്ടികൾക്കും വേണ്ടിയാണ് ഞാൻ സംസാരിക്കുന്നത്. കാരണം അവരാണ് ഇപ്പോൾ കൂടുതൽ കഷ്ടതകൾ അനുഭവിക്കുന്നത്. വീട്ടുജോലിയുടെയും വിവാഹത്തിന്റെയും തടവറകളിൽ അടക്കപ്പെട്ട് പെൺകുട്ടികളുടെ ജീവിതത്തിലെ വെളിച്ചം അണഞ്ഞിരിക്കുന്നു. ദാരിദ്ര്യവും അനീതിയും വംശീയതയും ഈ ഇരുട്ടിന്റെ കാഠിന്യം വർദ്ധിപ്പിക്കുന്നു. സ്ത്രീകൾ അവരുടെ അവകാശങ്ങൾ നേടാൻ പുരുഷൻമാരെ ആശ്രയിക്കുന്ന ഒരുകാലം ഉണ്ടായിരുന്നു. പക്ഷെ ഇപ്പോൾ നമ്മൾ തന്നെ നമ്മളുടെ അവകാശങ്ങൾക്കു വേണ്ടി പ്രവർത്തിക്കേണ്ടി യിരിക്കുന്നു. സ്ത്രീകളുടെ അവകാശങ്ങൾക്ക് വേണ്ടി പുരുഷന്മാർ പോരാടേണ്ട എന്നല്ല ഞാൻ പറയുന്നത്. സ്ത്രീകളെ മുന്നോട്ട് കൊണ്ടുവരാനാണ് ശ്രമിക്കേണ്ടത്.

പ്രിയപ്പെട്ട സഹോദരി സഹോദരന്മാരെ..

യുദ്ധത്തിന്റെ മേധാവികളോട് ഇന്ന് നാം പറയേണ്ടത് ഇതാണ്. സമാധാനത്തിനും ശാന്തിക്കും വേണ്ടി പ്രവർത്തിക്കുക. നിങ്ങളുടെ മുൻഗണനന മാറ്റി നിർണയിക്കുക. അവരുടെ ഓരോ നീക്കങ്ങളും സ്ത്രീകളെയും കുട്ടികളെയും സംരക്ഷിക്കുന്നതായിരിക്കണം. നമ്മൾ എല്ലാ സർക്കാരുകളെയും തീവ്രവാദത്തിനും അക്രമത്തിനും എതിരായി പ്രവർത്തിക്കാൻ പ്രേരിപ്പിക്കണം. ഇത് കുട്ടികൾക്കെതിരായ അക്രമങ്ങൾ കുറക്കാൻ സഹായിക്കും. നമ്മൾ എല്ലാ വികസിത രാജ്യങ്ങളോടും വിദ്യാഭ്യാസം പ്രചരിപ്പിക്കാൻ പറയണം. പ്രത്യേകിച്ച് പെൺകുട്ടികളുടെ വിദ്യാഭ്യാസം. നമ്മൾ എല്ലാ സമൂഹത്തിലും സഹന ശേഷി വളർത്തി യെടുക്കാൻ പരിശ്രമിക്കണം. ജാതി, മതം, നിറം, സമ്പത്ത് എന്നിവയുടെ അടിസ്ഥാനത്തിൽ നാം മനുഷ്യനെ തരംതിരിക്കരുത്. സ്ത്രീകളുടെ അവകാശങ്ങൾ നമ്മൾക്കെല്ലാം കിട്ടേണ്ടതാണ്. അതിനാൽ ഒറ്റക്കെട്ടായി പരിശ്രമിച്ചാൽ മാത്രമെ നമുക്ക് നമ്മുടെ അവകാശങ്ങൾ നേടിയെടുക്കാൻ കഴിയു. പക്ഷെ ഇപ്പോൾ നമ്മളിൽ പകുതിപേരും പിൻതിരിഞ്ഞ് നിൽക്കുകയാണ്. ഇപ്പോൾ ഞാൻ പറയുന്നത് എന്തെന്നാൽ, സഹോദരിമാരെ നിങ്ങൾ ധൈര്യത്തോടെ പുറത്തുവരൂ.. ഞങ്ങൾ ഓരോ കുട്ടിയുടെയും നല്ല ഭാവിക്ക് വേണ്ടി പറയുകയാണ്. ഞങ്ങൾക്ക് വിദ്യാഭ്യാസം നേടാൻ പരിപൂർണ്ണ സ്വാതന്ത്ര്യം വേണം. ഞങ്ങൾ ഞങ്ങളുടെ ലക്ഷ്യസ്ഥാനമായ സമാധാനത്തിലേക്കുള്ള യാത്ര തുടങ്ങി

കഴിഞ്ഞു. ആരാലും അത് തടയാൻ കഴിയില്ല. ഞങ്ങളുടെ അവകാശങ്ങൾക്കുവേണ്ടി ഞങ്ങളുടെ ശബ്ദം ഞങ്ങൾ ഉയർത്തും. ഞങ്ങൾ ഞങ്ങളുടെ വാക്കിന്റെ ശക്തിയിൽ വിശ്വസിക്കുന്നു. ഞങ്ങളുടെ വാക്കുകൾക്ക് ഈ ലോകത്തെ മാറ്റിമറിക്കാൻ കഴിയും. എന്തുകൊണ്ടെന്നാൽ നമ്മൾ എല്ലാവരും ഒറ്റക്കെട്ടായി നിലകൊള്ളുന്നത്, വിദ്യാഭ്യാസം നേടാനാണ്. നമുക്ക് നമ്മുടെ ലക്ഷ്യം നിറവേറ്റണമെന്നുണ്ടെങ്കിൽ നമ്മൾതന്നെ ജ്ഞാനത്തിന്റെ ബലത്താൽ നമ്മെ ശക്തിപ്പെടുത്തണം. നമുക്ക് നമ്മളെ തന്നെ ഒത്തൊരുമ കൊണ്ട് സുരക്ഷിതരാക്കാം.

പ്രിയപ്പെട്ട സഹോദരി സഹോദരൻമാരെ..

നമ്മൾ കുറെയധികം ആളുകൾ തിരസ്കാരത്താലും ദാരിദ്ര്യത്താലും കഷ്ടതകൾ അനുഭവിക്കുന്നുണ്ടെന്ന് മറക്കരുത്. കുറെ കുട്ടികൾ സ്കൂളുകളിൽ നിന്ന് അകറ്റിനിർത്തപ്പെടുന്നു എന്ന് നാം മറക്കരുത്. നമ്മുടെ സഹോദരങ്ങൾ ഒരു നല്ല ഭാവിക്കുവേണ്ടി കാത്തിരിക്കുകയാണെന്ന് നാം മറക്കരുത്. നമുക്ക് വിദ്യാഭ്യാസം ഇല്ലായ്മക്കും, ദാരിദ്ര്യത്തിനും തീവ്രവാദത്തിനും എതിരെ പ്രവർത്തിക്കുന്ന നാളുകൾക്ക് വേണ്ടി കാത്തിരിക്കാം. ലോകത്ത് ദാരിദ്ര്യത്തിലും ഇരുട്ടിലും കഴിയുന്ന എല്ലാ കുട്ടികളുടെയും ജീവിതത്തിൽ തൊട്ട് നമുക്ക് പ്രതിജ്ഞ ചെയ്യാം, തീവ്രവാദത്തി നും ദാരിദ്ര്യത്തിനും നിരക്ഷരതക്കും എതിരായ യുദ്ധത്തിൽ കൈ കോർക്കാമെന്ന്...

നമുക്ക് നമ്മുടെ പേനയും പുസ്തകങ്ങളും കൈയിലെടുക്കാം, കാരണം അതാണ് ലോകത്തിലെ ഏറ്റവും വലിയ ആയുധം. ഒരു അധ്യാപകനും ഒരു കുട്ടിക്കും ഒരു പുസ്തകത്തിനും ഒരു പേനക്കും ഈ ലോകത്തെ മാറ്റിമറിക്കാൻ കഴിയും. അറിവിന് മാത്രമെ ഈ ലോകത്തെ മാറ്റാൻ കഴിയു. അറിവിനാണ് ആദ്യ സ്ഥാനം.

നന്ദി...

(2011 നവംബർ 26ന് പഞ്ചാബ് പ്രവിശ്യാ മുഖ്യമന്ത്രി മുഹമ്മദ് ഷഹബാസ് ഷരീഫ് നൽകിയ സ്വീകരണ ചടങ്ങിൽ പങ്കെടുത്തുകൊണ്ട് മലാല നടത്തിയ പ്രസംഗത്തിൽനിന്ന്)

അസലാമു അലൈക്കും...

ഇത്തരത്തിലൊരു ചടങ്ങിലേക്കു എന്നെ ക്ഷണിച്ചതിന് ആദ്യം ഞാൻ എല്ലാവർക്കും നന്ദി അറിയിക്കട്ടെ. എന്റെ ജീവിതത്തിൽ ഇതിനുമുൻപ് ഇത്തരത്തിലൊരു ചടങ്ങിൽ ഞാൻ പങ്കെടുത്തിട്ടില്ല. (സങ്കടത്തോടെ കണ്ണു തുടക്കുന്നു.)

ഇത്തരമൊരു ചടങ്ങ് സംഘടിപ്പിച്ചതിന് മുഖ്യമന്ത്രിക്കും ഞാനെന്റെ നന്ദി അറിയിക്കുന്നു. ഈ പരിപാടിയിലൂടെ അദ്ദേഹം എനിക്കും ഇവിടെ കൂടിയിരിക്കുന്ന കുട്ടികൾക്കും ധൈര്യം പകർന്നു നൽകി. ഇത്തരം പ്രോത്സാഹനങ്ങളിലൂടെ ഈ കുട്ടികളുടെ ലക്ഷ്യം കൂടുതൽ ബലപ്പെടും. ഈ രാജ്യം കൂടുതൽ ഔന്നത്യത്തിൽ എത്തിച്ചേരും.(കയ്യടി)

ഇനി ഞാൻ നിങ്ങളോട് ചില കാര്യങ്ങൾ പറയട്ടെ...

നിങ്ങൾ വലിയ ഭാഗ്യം ചെയ്ത കുട്ടികളാണ്... കാരണം നിങ്ങൾക്ക് ഇത്തരത്തിലൊരു നേതാവിന്റെ തണലുണ്ട്.

നിങ്ങൾക്ക് ഞാനെന്റെ കഥ പറഞ്ഞുതരാം.

ഇവർ സംഘടിപ്പിച്ചിരിക്കുന്ന ഈ ചടങ്ങിന്റെ പ്രാധാന്യം ഒരുപക്ഷെ നിങ്ങൾക്ക് അറിയില്ലായിരിക്കാം... പക്ഷെ അവർ അതിന്റെ പ്രാധാന്യം മനസിലാക്കുന്നുണ്ട്. എനിക്കും അതിന്റെ മഹത്വം അറിയാം. കാരണം എന്റെ കൈയിൽനിന്നും എന്റെ പേന തട്ടിയെടുക്കപ്പെട്ടതാണ്, എന്റെ പുസ്തകങ്ങൾ എനിക്ക് നഷ്ടപ്പെട്ടതാണ്, അതുകൊണ്ട് എനിക്കറിയാം.

2009 ജനുവരിയിൽ എന്റെ നാട്ടിലെ പെൺകുട്ടികൾ സ്കൂളിൽ പോകുന്നതിനു താലിബാൻ നിരോധനം ഏർപ്പെടുത്തി.

അന്ന് ഞാൻ ഒരുപാട് ദുഃഖിച്ചു. ആ സമയങ്ങളിൽ ഞാൻ അനുഭവിച്ച വേദന വാക്കുകളാൽ നിങ്ങളോട് വിവരിക്കാൻ കഴിയില്ല. അത് എന്റെ ജീവിതത്തിലെ ഏറ്റവും മോശപ്പെട്ട കാലമായിരുന്നു. എന്റെ ജീവിതത്തിലെ

ഇരുണ്ട നാളുകളായിരുന്നു. പക്ഷെ ഞാൻ നിങ്ങളോടു പറയട്ടെ... സ്വാത്തിന്റെ പെണ്മക്കൾ ആരെയും ഭയക്കുന്നില്ല... ഈ രാജ്യത്തെ പെൺകുട്ടികളാരും ആരെയും ഭയക്കുന്നില്ല. (കയ്യടി) നിലനിൽപ്പിനായുള്ള പോരാട്ടമായിരുന്നു അന്ന് നടത്തിയത്. താലിബാന്റെ ഭീഷണിയെ മറികടന്നും സ്വാത്തിലെ പെൺകുട്ടികൾ പഠിച്ചു. അതെങ്ങനെയാണെന്ന് നിങ്ങൾക്കറിയണ്ടേ? ഞാൻ പറഞ്ഞുതരാം.

സ്വാത്തിലെ പ്രൈമറിവരെയുള്ള പെൺകുട്ടികളെ താലിബാൻ പഠിക്കാൻ അനുവദിക്കുമ്പോൾ ഞാനും എന്റെ കൂട്ടുകാരികളും അഞ്ചിലോ ആറിലോ ആണ്. പിന്നീട് വീട്ടിൽ ഉപയോഗിക്കുന്ന വസ്ത്രങ്ങൾ അണിഞ്ഞ് സ്കൂളിൽ പോകാൻ ഞങ്ങൾ തീരുമാനിച്ചു. പുസ്തകങ്ങൾ തട്ടത്തിനുള്ളിൽ മറച്ച് നാലാം ക്ലാസിൽ പഠിക്കുന്ന കുട്ടികളാണെന്ന വ്യാജേന ഞങ്ങൾ സ്കൂളിൽ പോയി. (കയ്യടി) ഞങ്ങളുടെ കഠിനമായ പ്രയത്നത്തിലൂടെയാണ് ആ പ്രതിസന്ധിയെ ഞങ്ങൾ അതിജീവിച്ചത്.

പ്രാദേശിക വ്യത്യാസങ്ങളില്ലാതെ പാകിസ്ഥാന്റെ മക്കളായി ഒരുമിച്ചുകൂടാനും പ്രോത്സാഹനം നൽകാനും ഇത്തരത്തിൽ ഒരവസരമൊരുക്കിയതിനെ വളരെ വലിയ കാര്യമായാണ് ഞാൻ കാണുന്നത്. ഏതു പ്രവിശ്യയിൽ നിന്നുള്ളവരാണെന്ന് തിരിച്ചറിയാൻ കഴിയാതെ പാകിസ്ഥാന്റെ മക്കളായി ഒരുമിച്ചിരിക്കുന്നു എന്നത് മഹത്തരമാണ്. ഈ പരിപാടിയുടെ ലക്ഷ്യവും ഇതുതന്നെയാണ്. അതിനു ഞാൻ മുഖ്യമന്ത്രിയോടു നന്ദി പറയുന്നു. എല്ലാ കുട്ടികൾക്കും ഒരുപോലെ ഉപദേശങ്ങൾ ലഭിക്കുന്നു. എല്ലാവരെയും ഒരുപോലെ കാണുന്നു. ഈ പരിപാടിയുടെ ലക്ഷ്യം മഹത്തരമാണ്.

എന്നെ ഈ ചടങ്ങിലേക്കു ക്ഷണിച്ചതിന് ഒരിക്കൽക്കൂടി നന്ദി അറിയിച്ചുകൊണ്ട് നിർത്തട്ടെ.

പേനയുടെ കരുത്ത്

(അസ്മെ അലീഷാൻ അവാർഡ് (Azme Alishan Award-2012) സ്വീകരിച്ചുകൊണ്ട് 2012 മാർച്ചിൽ മലാല നടത്തിയ പ്രസംഗത്തിൽ നിന്ന്.)

ഇവിടേക്കു എന്നെ ക്ഷണിച്ചതിനും ഇത്രയും വലിയ ഒരവാർഡിനായി എന്നെ തെരഞ്ഞെടുത്തതിനും ആദ്യമായി ഞാൻ നന്ദി അറിയിക്കുന്നു.

ഈ രാജ്യത്തെ പെൺകുട്ടികൾക്ക് ഒരു സന്ദേശം നൽകാൻ ഞാൻ ആഗ്രഹിക്കുന്നു. എന്തെന്നാൽ നിങ്ങൾ ആരെയും ഭയക്കരുത്. നിങ്ങൾ നിങ്ങളുടെ അവകാശങ്ങൾക്കായി ശബ്ദമുയർത്തണം. ജീവിതത്തിൽ മുന്നേറാൻ നിങ്ങൾ മുന്നോട്ട് ചുവടുവയ്ക്കണം. ഈ രാജ്യം നിങ്ങളുടേതാണ്. ഈ മണ്ണും ഈ ഭൂമിയും നിങ്ങളുടേതാണ്. അതിനാൽ നിങ്ങളുടെ അവകാശങ്ങൾ ആർക്കും തട്ടിയെടുക്കാൻ കഴിയില്ല.

പേനയുടെ ശക്തി എത്രയാണെന്ന് എനിക്കറിയാം. കാരണം സ്വാത്തിൽ സ്ഥിതി മോശമായപ്പോൾ ഞാനെന്റെ അവകാശത്തിനായി പേനയാണ് ഉപയോഗിച്ചത്. ഞാനൊരു സൈന്യവും രൂപീകരിച്ചിട്ടില്ല. ഞാൻ തോക്ക് ഉപയോഗിച്ചിട്ടില്ല. എന്റെ ആയുധം വെറും പേനയായിരുന്നു. (കയ്യടി)

ഞാൻ പേന ഉപയോഗിച്ച് ലോകത്തോട് പറഞ്ഞു. ഞങ്ങൾ സമാധാനപ്രിയരാണ്. ഞങ്ങൾ സമാധാനം ആഗ്രഹിക്കുന്നു. ഞങ്ങൾക്കു വിദ്യാഭ്യാസം നേടണം. ഞങ്ങൾ തീവ്രവാദികളല്ല.

'നിങ്ങൾ വിദ്യാഭ്യാസം നേടണം എന്നാണ്, ഈ രാജ്യത്തെ പെൺകുട്ടികളോട് എനിക്കു പറയാനുള്ളത്. കാരണം, അതു നിങ്ങളെ ഇരുട്ടിൽനിന്നും വെളിച്ചത്തിലേക്കു നയിക്കും. ഈ അവാർഡ് സ്വന്തം അവകാശങ്ങൾക്കുവേണ്ടി പോരാടുന്ന പെൺകുട്ടികൾക്കായി ഞാൻ സമർപ്പിക്കുന്നു'.

'നിങ്ങൾ ധീരതയോടെ മുന്നോട്ട് വരൂ... സ്വന്തം അവകാശത്തിനായി ശബ്ദമുയർത്തൂ... തീവ്രവാദികളിൽനിന്നും മോചനം നേടൂ... സ്കൂളുകളിൽ പോകാനുള്ള അവകാശങ്ങൾ നിഷേധിക്കപ്പെട്ടു വീടുകളിൽ കഴിയുന്ന കുട്ടികളോട് എനിക്ക് പറയാനുള്ളത് ഇതാണ്'.

ഒരിക്കൽ കൂടി എല്ലാവർക്കും നന്ദി അറിയിച്ചുകൊണ്ട്, എന്റെ വാക്കുകൾ ഞാൻ ഉപസംഹരിക്കുന്നു.

വെടിയുണ്ടകളിൽ എരിഞ്ഞടങ്ങാനുള്ളതല്ല ഈ ജീവിതം

വിശുദ്ധ ഖുർആനിൽ ഇങ്ങിനെ പറയുന്നു, 'സ്ത്രീകൾക്ക് ബാധ്യതകൾ ഉള്ളതുപോലെ, ന്യായമായ അവകാശങ്ങളുമുണ്ട്' (അൽ ബഖറ അദ്ധ്യായം 228). പെൺകുട്ടികൾ വിദ്യാഭ്യാസം നടത്തരുതെന്ന് ഖുർആനിൽ ഒരിടത്തും പറയുന്നില്ല. വിദ്യനേടാനും, സ്വത്ത് സമ്പാദിക്കാനും, ജീവിതപങ്കാളിയെ തെരഞ്ഞെടുക്കാനുമുള്ള സ്വാതന്ത്ര്യം ഇസ്ലാംമതം സ്ത്രീകൾക്ക് നൽകിയിട്ടുണ്ട്. പെണ്ണിന്റെ അനുമതി ഇല്ലാതെ അവളുടെ വിവാഹം നടത്തുന്നതും ഇസ്ലാം ശക്തമായി എതിർക്കുന്നുണ്ട്. മാത്രമല്ല, മഹർ പെണ്ണിന്റെ അവകാശമാണെന്നും ഖുർ ആൻ പറയുന്നു. പ്രവാചകൻ മുഹമ്മദ് നബി(സ്വ)യുടെ ഈ വാക്കുകൾകൂടി ശ്രദ്ധിച്ചാൽ മാത്രമേ ഇസ്ലാം മതം സ്ത്രീകൾക്കു നൽകുന്ന പ്രാധാന്യം എത്രത്തോളമാണെന്ന് വ്യക്തമാകൂ. 'വിശ്വാസികളിൽ വിശ്വാസം പൂർത്തിയായവനും, ഏറ്റവും സത്സ്വഭാവിയും നിങ്ങളിൽ ഏറ്റവും ഉത്തമനും നിങ്ങളുടെ ഭാര്യമാരോട് നല്ല നിലയിൽ വർത്തിക്കുന്നവരുമാണ്'.

'വായിക്കുക' എന്നതാണ് പരിശുദ്ധ ഖുർ ആനിന്റെ ആദ്യ കല്പന. ഹിറാഗുഹയിൽ ധ്യാനത്തിലായിരുന്ന പ്രവാചകന്റെ മുന്നിൽ ഖുർ ആന്റെ ആദ്യ വചനവുമായി എത്തിയ ജിബ്രീൽ മാലാഖ ഭൂമുഖത്തെ മുഴുവൻ മനുഷ്യർക്കായി ദൈവത്തിന്റെ പക്കൽ നിന്നുള്ള ആദ്യ സന്ദേശം നൽകിയത് ഇപ്രകാരമാണ്. 'വായിക്കുക, സൃഷ്ടിച്ച നിന്റെ നാഥന്റെ നാമത്തിൽ. അവൻ മനുഷ്യനെ രേതസ് കണത്തിൽ നിന്നു സൃഷ്ടിച്ചു. വായിക്കുക, നിന്റെ നാഥൻ അത്യുദാരനാണ്. പേനകൊണ്ട് പഠിപ്പിച്ചവൻ. മനുഷ്യനു അറിയാതിരുന്നത് അവൻ പഠിപ്പിച്ചു' (96:15). 'വിജ്ഞാനത്തിന് വേണ്ടിയുള്ള

അന്വേഷണം ഓരോ വിശ്വാസിക്കും വിശ്വാസിനിക്കും നിർബന്ധമാണ്' എന്നാണ് നബി(സ്വ) പഠിപ്പിച്ചത്.

സ്ത്രീ സമത്വം, സ്ത്രീ സ്വാതന്ത്ര്യം, വിദ്യാഭ്യാസം എന്നിവയെക്കുറിച്ച് ഇത്ര വ്യക്തമായ കാഴ്ച്ചപ്പാടുള്ള ഒരു മതത്തിന്റെ പേര് പറഞ്ഞാണ് താലിബാനെപ്പോലുള്ള സംഘടനകൾ സ്ത്രീകൾക്ക് വിദ്യാഭ്യാസവും സ്വാതന്ത്ര്യവും നിഷേധിച്ച് അവർക്കുമേൽ കാട്ടുനീതി അടിച്ചേൽപ്പിക്കുന്നത്. ഇതിനെതിരെ പ്രതികരിക്കുന്നവരെ യാതൊരു ദയയുമില്ലാതെ കൊന്നൊടുക്കും. പുഴുക്കൾപോലെ അവർ ചവിട്ടിയരക്കപ്പെടും.

മലാലയെ വധിക്കാൻ ശ്രമിച്ചതിന്റെ ഉത്തരവാദിത്വം ഏറ്റെടുത്തുകൊണ്ട് താലിബാൻ വക്താവ് പറഞ്ഞത്, 'അശ്ലീലതയുടെ എത്രയും വേഗം അവസാനിപ്പിക്കേണ്ട പുതിയൊരദ്ധ്യായം' എന്നാണ്, 'ഒബാമയെന്ന കറുത്ത പിശാചിന്റെ ആശയങ്ങൾ പ്രചരിപ്പിക്കാൻ ശ്രമിക്കുന്നു, മതനിന്ദയും, തെറ്റായ സന്ദേശങ്ങളും വളർത്താൻ ശ്രമിക്കുന്നു' തുടങ്ങിയ കുറ്റങ്ങളാണ് മലാലയ്ക്ക് മേൽ താലിബാൻ ചുമത്തിയത്.

വധശിക്ഷ നടപ്പാക്കാൻ മൂന്ന്ഷാർപ്പ് ഷൂട്ടർമാരെയും നിയോഗിച്ചു. എന്നാൽ, മലാലയുടെ നിശ്ചദാർഢ്യത്തിനുമുന്നിൽ ഈ ഷാർപ്പ് ഷൂട്ടർമാർ പകച്ചുപോയിരിക്കാം. അതുകൊണ്ടാവും പോയിന്റ്ബ്ലാങ്കിൽ നിർത്തി നിറയൊഴിച്ചിട്ടും അവർക്കു ഉന്നം പിഴച്ചത്.

ബോധം വീണ്ടെടുത്ത് സംസാരിച്ച് തുടങ്ങിയപ്പോൾ അവൾ ആദ്യം തിരക്കിയത്, തന്നെ ആക്രമിച്ചവരെ കുറിച്ചല്ല. പുസ്തകങ്ങളെയും സ്കൂളിനെയും കുറിച്ചാണ്. പുസ്തകങ്ങൾ ആശുപത്രിയിൽ എത്തിക്കണമെന്നും ആശുപത്രി കിടക്കയിലിരുന്ന് തനിക്ക് നഷ്ടപ്പെട്ട പാഠങ്ങൾ പഠിക്കണമെന്നും അവൾ അച്ഛനമ്മമാരോട് പറഞ്ഞു. ഈ നിശ്ചയദാർഢ്യത്തെ ആർക്കാണ് തോൽപിക്കാൻ കഴിയുക. തീവ്രവാദികൾക്ക് മുന്നിൽ പതറാത്ത ഈ ആത്മധൈര്യത്തെയാണ് ലോകമൊന്നാകെ ആദരിക്കുന്നത്.

ആക്രമണത്തിൽനിന്നും രക്ഷപ്പെട്ട് ജീവിതത്തിലേക്ക് മടങ്ങി വരുന്ന മകളെ ആശുപത്രിക്കിടക്കയിൽ സന്ദർശിച്ചശേഷം പിതാവ് സിയാവുദ്ദീൻ യൂസഫ്സായ് വികാരാധീനനായി പറഞ്ഞത് ഇപ്രകാരമാണ്.

'ഇതൊരു താല്ക്കാലിക വീഴ്ച്ച മാത്രമാണ്. ഈ വീഴ്ച്ചയിൽ നിന്നും അവൾ എഴുന്നേൽക്കും, പോരാട്ടം തുടരാൻ. അവൾ വീണപ്പോൾ പാകിസ്ഥാൻ മുഴുവൻ-രാഷ്ട്രീയ കക്ഷികളും, സർക്കാരും, കുട്ടികളും, പ്രായമുള്ളവരുമെല്ലാം എഴുന്നേറ്റു. ലോകമൊന്നാകെ എഴുന്നേറ്റ് നിന്നു. അതൊരു വഴിത്തിരിവാണ്. അവൾ എന്റെ മാത്രം മകളല്ല, ലോകത്തിന്റെ മുഴുവൻ മകളാണ്'.

ശരിയാണ്, മലാല ഇന്ന് ലോകത്തിന്റെ മുഴുവൻ മകളാണ്. ധീരയായ മകൾ. വെടിയുണ്ടകളിൽ എരിഞ്ഞടങ്ങാനുള്ളതല്ല ഈ വിലപ്പെട്ട ജീവിതം. അന്ധകാരത്തിലേക്കു വലിച്ചെറിയപ്പെട്ട ഒരു ജനസമൂഹത്തെ വെളിച്ചത്തിലേക്ക് നയിക്കേണ്ടവളാണ് മലാലയെന്ന് ലോകം വിശ്വസിക്കുന്നു.

www.ingramcontent.com/pod-product-compliance
Lightning Source LLC
LaVergne TN
LVHW060413051026
849518LV00007B/2520
9788188024094